சனிக்கிழமை ஜீவிகள்

பிரபஞ்சன்

டிஸ்கவரி பப்ளிகேஷன்ஸ்
எண்: 9, பிளாட் எண்: 1080A, ரோஹிணி பிளாட்ஸ்
முனுசாமி சாலை, கே.கே.நகர் மேற்கு,
சென்னை - 600 078. பேச: 99404 46650

வெளியீட்டு எண்: 0129

சனிக்கிழமை ஜீவிகள் (சிறுகதைகள்)
ஆசிரியர்: **பிரபஞ்சன்**
பிரபஞ்சன் அறக்கட்டளை©

SANIKIZAMAI JEEVIGAL
Author: **Prapanchan** ©

Discovery 1ˢᵗ Edition : Sep - 2023
168 Pages
Print in India
ISBN: 978-93-91994-90-7
Rs.220

Publisher • Sales Rights

Discovery Publications	**Discovery Book Palace (P) Ltd**
No. 9, Plot,1080A, Rohini Flats, Munusamy Salai, K.K.Nagar West, Chennai - 78. Tamilnadu, India. Mobile: +91 99404 46650	No. 1055-B, Munusamy Salai, K.K.Nagar West, Chennai-600 078. Ph: (044) 4855 7525 Mobile: +91 87545 07070

discoverybookpalace@gmail.com / www.discoverybookpalace.com

இந்த நூலில் பிரசுரமாகியுள்ள எந்த ஒரு பகுதியையும் எழுத்துபூர்வமான முன்அனுமதி பெறாமல் எடுத்தாள்வதோ, மறுபிரசுரம் செய்வதோ, மொழியாக்கம் செய்வதோ, ஊடகங்களில் மறுபதிப்புச் செய்வதோ, காப்புரிமைச் சட்டப்படி தடை செய்யப்பட்டுள்ளது. இந்த நூலிலிருந்து சில பகுதிகளை மேற்கோள்காட்டி நூல்அறிமுகம் செய்யலாம்.

உங்கள் மொபைல் போனிலிருந்து ஸ்கேன் செய்து 'டிஸ்கவரி புக் பேலஸ்' மொபைல் ஆப்பை டவுன்லோடு செய்து, புத்தகங்களை வாங்குங்கள்.

Scan and download

பதிப்புரை

பிரபஞ்சன் எனும் புனைபெயரில் எழுதிய சாரங்கபாணி வைத்திலிங்கம், பிரஞ்சியர் ஆண்ட புதுச்சேரியில் 27.04.1945ல் பிறந்தவர். பள்ளிக் கல்வியைப் புதுச்சேரியிலும், தஞ்சைக் கரந்தைத் தமிழ்ச் சங்கத்தில் புலவர் கல்வியும் கற்றவர்.

1961ஆம் ஆண்டு அவரது முதல் கதை பிரசுரம் கண்டது. 2017 வரை அவர் எழுதிய சிறுகதைகளில் 16 கதைகள் தேர்ந்தெடுக்கப்பட்டு 'சனிக்கிழமை ஜீவிகள்' எனும் தொகுதியாக இப்போது வெளிவருகிறது.

பிரபஞ்சன் கதைகள், மானுட மகத்துவம் பேசுபவை. சாதாரண மனிதருக்குள் புதைந்து கிடக்கும் பரிவை, அருளை, நியாய உணர்வை, ஒரு சினேகிதனின் நெகிழ்ந்த தொனியில் சொல்பவை. ஊற்றுநீர்போலக் கனிந்து, சந்தர்ப்பங்களில் வெளிப்படும் மனிதர்களின் அரிய மானுடத் தருணங்களை இனம்கண்டு, கலாபூர்வமாக விளம்புபவை அவரது கதைகள். பகை, வெறுப்பு, துவேஷம் எதுவுமற்ற மனம் கொண்ட ஈரத் தமிழ்க் கதைசொல்லியான பிரபஞ்சன், தன் காலத்துப் புனைவைச் செழுமைப்படுத்திய எழுத்தாளர். வரலாற்று நாவல் துறையில் ஒரு புதிய பாதை வகுத்தவர்.

கட்டுரைகள், நாடகம் என சமூக இலக்கியத்துறையில் தொடர்ந்து இயங்கிவந்த பிரபஞ்சன் 21.12.2018ல் மறைந்தார்.

தமிழ் இலக்கியத்தில் பிரபஞ்சனின் எழுத்துகள் பொக்கிஷங்களாகப் பாதுகாக்கப்பட வேண்டும். அவரின் சிறுகதைகளை 'டிஸ்கவரி பப்ளிகேஷன்ஸ்' நிறுவனம் மூலமாக வெளியிடுவதில் பெருமை கொள்கிறோம்.

- மு.வேடியப்பன்

(2017ஆம் ஆண்டு பிரபஞ்சன் எழுதிய முன்னுரை)

நான் நிறைவுகொள்ளும் நாள் இது

சிறுகதை என்கிற வடிவம் மிகவும் அழகியது. நுணுக்கமும் ஆழமும் கூடி வாழ்வைத் துலக்கமுற உரைப்பது சிறுகதை. வாழ்வையும், வாழ நேர்ந்த மனிதர்களின் அசலான பிம்பத்தை மிகக் குறுகிய பக்கங்களிலும் வார்த்தைகளிலும் சொல்லிவிடக்கூடிய வடிவமும் அதுவே ஆகும்.

ஒரு மொழியின் பெருமைகளில் ஒன்று கதை. கதைகளை உடைய மொழிகள், காலத்தைக் கைப்பிடித்து யுகங்கள் தாண்டியும் மனிதகுலத்தை அடுத்த பரிமாணத்துக்குக் கொண்டு சேர்க்கின்றன. கதைகள் கதைகளாக மட்டுமே இருந்து பல உள் வினைகள் ஆற்றுகின்றன. அது எதையேனும் சொல்லிக்கொண்டு நிற்கிறதா? இல்லை... அது ஓடிக்கொண்டே இருக்கிறது. ஆனால், அது பேசிக்கொண்டும் இருக்கிறது. நாம் கேட்க நம்மைச் சித்தப்படுத்திக்கொண்டால், ஆற்றிடமிருந்து நிறைய விஷயங்கள் நம்மால் நிரப்பிக்கொள்ள முடியும். நல்ல கதை என்பது ஆறு போன்றது. கதைகள் எப்போதும் இறந்தகாலத்திலேயே சொல்லப்படுகின்றன.

ஏன் எனில், இது இவ்வாறு நிகழ்ந்தது என்பதைக் கதை சொல்கிறது. ஆகவே, கதைகள் இறந்தகாலத்தில் நிகழ்கின்றன. இறந்தகாலம் என்றால், இல்லாமலே ஆன காலம் என்று அர்த்தம் ஆகாது. (தமிழ் இலக்கணம், இறந்ததைத் தழுவி எச்சத்தையும் பார்க்கச் சொல்கிறது.)

நினைவுக் கிடங்கிலிருந்து வெளிவரும் ஒரு சம்பவம் சொற்களாகவே வெளியே வருகிறது. பதிந்துபோயிருந்த அந்தச் சம்பவம் 'நேற்று' நடந்தது. முடிந்ததா என்றால், இல்லை. எதுவும் முடிந்துபோவது இல்லை. முடிந்தது என்று நாம் நினைப்பது ஏதோ ஒரு உருவில் இன்றும் தொடர்கிறது; நாளையும் தொடரும். ஆக, கதைகள் மூன்று காலத்தையும் உள்ளடக்கியவை. அ-காலம் என்று ஒன்றையும் உள் கொண்டது கதை.

எழுதப்பட்ட காலத்திலும் அது கடந்தும் கதைகள் பேசிக்கொண்டே இருக்கின்றன. சங்க வாசகனுக்குத் தொனித்த ஒரு கதை, சோழர் காலத்து வாசகனுக்கு வந்து சேரும்போது, புது அர்த்தம் கொள்கிறது. இன்றைய வாசகனுக்கு, அது இன்னுமொரு அனுபவத்தைத் தரக் காத்திருக்கிறது.

இலக்கியத்தின் தன்மை என்பது இதுதான். நல்ல படைப்பிலக்கியம் காலம் கடந்து ஜீவித்துக்கொண்டே இருப்பதன் சூட்சுமம் இதுதான்.

நல்ல விஷயமாக என் பள்ளிப்பருவக் காலத்திலேயே புதுமைப்பித்தன் கதைகள் வாசிக்கும் நிலை வாய்த்தது. கல்லூரிக் காலத்தில் தி.ஜானகிராமனை, எம்.வி.வெங்கட்ராமனை வாசிக்கவும், சந்தித்து உரையாடவும், நட்புக் கொள்ளவுமான வாய்ப்புகள் கிடைத்தன. தஞ்சை பிரகாஷின் மாபெரும் நூலகம் வாசிக்கக் கிடைத்தது, என் பேறு.

புதுச்சேரியில், இன்று ரோமெண்ட் ரோலன் என்ற பெயரில் இயங்கும், அருமையான நூலகத்தில் இருந்த பிரஞ்ச் மற்றும் ரஷ்ய இலக்கியங்களின் தமிழ் மொழிபெயர்ப்புகள், படைப்பிலக்கியத்தின் பல சாகைகளை, பல கோணங்களை, பல பார்வைகளை எனக்கு அளித்தன. 'தொடர்ந்த வாசிப்பு, எழுதுபவர்களுக்கு இருக்க வேண்டியது மிக அவசியம்' என்று வாழ்நாள் முழுக்க சொல்லிக்கொண்டே இருந்தார் க.நா.சு.

அதேபோல, 'தொடர்ந்து எழுதிக்கொண்டும் இருக்க வேண்டும்' என்பார் க.நா.சு. 'தொடர்ந்து தினம்தோறும் எப்படி எழுத முடியும்?' என்று, அவர் புதுவை பல்கலையில் பணிசெய்ய வந்திருந்தபோது கேட்டேன். உடனே அவர், 'முடியாதுதான்... முடியாதபோது, மொழிபெயர்ப்பு செய்யுங்கள்!' என்றார். மொழி ஆக்கம் மூலம், அவர் தமிழுக்குச் செய்த பணியைத் தமிழர்கள் மறக்கக் கூடாது.

1961-ல் என் எழுத்து பிரசுரம் கண்டாலும், 1970-களுக்குப் பிறகே சிறுகதைகள் எழுதுவதில் நான் ஈடுபட்டேன். இத்தனை ஆண்டுகளில் உங்கள் கைகளில் உள்ள கதைகளை என்னால் எழுத முடிந்துள்ளது.

2017-வரை நான் எழுதியிருக்கும் கதைகளின் ஒரு தொகுதி இது. நூல் உருவாக்கத்தில் உழைப்பை நல்கியதோடு, இந்தத் தொகுதிகளை அழகாகவும் செறிவாகவும் வெளியிட்டிருக்கும்,

நண்பர் திரு.மு.வேடியப்பன் அவர்களுக்கு இந்த நேரத்தில் என் மனம் நிறைந்த நன்றியையும் அன்பையும் தெரிவித்துக் கொள்கிறேன்.

இந்தத் தொகுப்புகள் வெளிவந்த இன்று என் 73 வயதில் பிரவேசிக்கிறேன். 27.04.1945-ல் பிறந்து, 1961 முதல் 55 ஆண்டுகளாக எழுதிக்கொண்டிருக்கும் என் மேல் தமிழ்கூறும் நல்லுலகம், நண்பர்கள், வாசகர்கள் கொண்டிருக்கும் அன்பை, நட்பை அவர்கள் இணைந்து நடத்தும் என் பாராட்டு / நூல் வெளியீட்டு / பரிசளிப்பு விழா நிகழ்ச்சிகள் எனக்கு மன நிறைவைத் தருகின்றன. இதற்கென உழைத்த என் அன்பு இலக்கிய உலக வாசகர்களை நினைக்கையில் என் மனம் ஈரம் கொள்கிறது. தமிழர்கள், தம்மை நேசிக்கும் இன்னொரு தமிழனை எப்போதும் நினைவு கொள்வார்கள் என்பது மீண்டும் நிரூபணம் ஆகி இருக்கிறது. என்னைப் பாராட்டுவது என்பது, இப்போது எழுதத் தொடங்கி இருக்கும் எழுத்தாளர்களைக் கௌரவிப்பது என்றே பொருள் கொள்ள வேண்டும்.

என் அன்பு வாசகர்கள் காலந்தோறும் தோன்றிவரும் கலைஞர்கள் எழுத்தாளர்களைக் கௌரவித்தபடி இருக்க வேண்டும் என்பதே நான் கூற விரும்பும் இந்த நாள் செய்தியாகும். தேவையான நேரம் அளவாகப் பெய்யும் மழையாக நாம் இருப்போம்.

சென்னை - தமிழ்நாடு
2017

தோழமையுடன்,
பிரபஞ்சன்

பொருளடக்கம்

1. 'வியாபாரம்' 09
2. அம்மினி 18
3. ஆயுள் 31
4. இதுதான் அது 41
5. இருபது ஆண்டுகள் 48
6. ஒரு சரிகைக் கனவு 55
7. கடன் 74
8. கனவு 80
9. காந்த வண்டி 88
10. கூண்டும் குழந்தையும் 96
11. சனிக்கிழமை ஜீவிகள் 105
12. சுந்தரன் 115
13. மாற்றம் 125
14. லச்சுமி 132
15. விளக்கு 141
16. வாசனை 149

'வியாபாரம்'

அந்தப் பட்டாம்பூச்சியையே பார்த்துக் கொண்டிருந்தாள், துவரை. என்ன ஆச்சரியமான நிறம் அதுக்கு? பட்டுக் கறுப்பு, அதிலே, பிள்ளையாருக்குக் கண்ணாக வைக்கிற சிவப்புக் குன்றிமணி மாதிரி சிவப்பு வட்டம். சரளைக் கல்லின் மேல் உட்கார்ந்த அது, சட்டென்று எழுந்து, பெரியப்பா வீட்டுக்கு எதிரே வளர்ந்திருந்த செம்பருத்தி செடியில் போய் அமர்ந்தது. துவரை, அபாவின் விரலை விடுவித்துக்கொண்டு, அந்தப் பட்டுப் பூச்சியை அருகாமையில் பார்ப்பதற்காக, அச்செடியின் பக்கமாகப் போய் நின்றாள்.

மண்ணாங்கட்டி, தூரத்தில் கை கட்டிக்கொண்டு நின்றிருந்தான். காலை பத்து மணி வெயில், அவனை ஒரு பக்கமாகத் தாக்கியது. இடப்புற நெற்றி, மற்றும் காதுப்பக்கம் எரிந்தது. சற்று தள்ளி, எலந்தை மர நிழலில் நிற்கலாம். ஆனால் பெரியய்யா எதிரே திண்ணையில் அமர்ந்திருந்தார். அவருக்கு முன்னாலேயே, நிழலுக்கு ஒதுங்கி நிற்பது என்பது, மரியாதைக்குரிய விஷயமாக இருக்காதே. பெரியய்யாவுக்கு முன் நின்றால், ஆடாது அசங்காது, கால் மரத்து, அதன் மேல் கரையான் புற்று மூடினாலும், இடம் பெயராமல் நிற்க வேண்டும். அவ்வாறு நிற்பதே மரியாதையான விஷயமாகும். அப்படியில்லாமல், இந்தக் கழுதை, துவரைக் கழுதை, பட்டாம் பூச்சியை வேடிக்கை பார்த்துக்கொண்டு இங்கேயும் அங்கேயும் ஓடுகிறதே. இருக்கட்டும் வீட்டுக்குப் போனதும், புளிய மிளாரால் ரெண்டு சாத்து சாத்த வேண்டியதுதான் என்று முடிவு செய்துகொண்டான் மண்ணாங்கட்டி.

பெரியய்யா, வெற்றிலைப் போட்டுக்கொண்டிருந்தார். இதுதான், சரியான நேரம். பெரியய்யா சந்தோஷமாக இருக்கிற நேரம். இந்த நேரம் பார்த்து, அவன் பெண்ஜாதி சொன்ன விஷயத்தை, அய்யா காதில் போட வேணும். செல்லத்தில் இருந்து ஒவ்வொரு கொழுந்து வெற்றிலையாக எடுத்து, அதைப் புரட்டிப் புரட்டி தன் மேல் துண்டில் துடைத்துவிட்டு, காம்பைக் கிள்ளி எறிந்து, சுண்ணாம்பைச் சுட்டுவிரலால் நோகாமல் தடவி, சுருட்டி வாயில் தள்ளி, ஊறும் முதல் உமிழ் நீரைத் துப்பி... பெரியய்யா இருபது வெற்றிலைகளை ஒரு சேரப் போடுவாரா? இருக்கும் என்று, தானே தலையசைத்துக்கொண்டான் மண்ணாங்கட்டி.

பெரியய்யா, காலைப் பலகாரம் சாப்பிட்டு, வெற்றிலைப் போட்டுக் கொள்ளும் நேரம் இது. இதுதான் சரியான நேரம். பெரியய்யாவின் முகம் மலர்ந்து லேசாக, அவர் புன்னகை பூக்கும் நேரம். இந்த நேரம்தான் அந்த விஷயத்தைச் சொல்ல வேணும். அவன் சொல்ல வாயெடுத்தான். ஏனோ முடியவில்லை.

பெரியய்யா வீட்டு வாசலுக்கு நேராக, வெயில் கோடு போட்டது என்றால், அது அய்யா, சாப்பிட்டுத் திண்ணையில் அமர்கிற நேரம். அடிமை சனங்கள் வந்து கும்பிட்டு ஆஜர் கொடுக்கிற நேரமும் அதுதான். ஒருத்தனை, மாட்டுத் தொழுவத்துக்கு, ஒருத்தியை எருக்குழிக்கு, ஒருத்தனை காடு கரைக்கு அனுப்பி வைக்கிற நேரம் அது. பெரியய்யாவுக்கு, கருவடிக் குப்பத்தில் இருந்து முத்தால்பேட்டைவரை பல்கிப் பரவிய நிலங்கள் இருந்தன. ஆள், அம்புகள், வண்டி மாடுகள், அம்பாரம் அம்பாரமாய் குவிந்த நெல் களஞ்சியங்கள் என்று என்ன இல்லை.? அடிமை சனங்கள் என்றும் சிறையன்கள் என்றும் சொல்லப்பட்ட சனங்கள் நிறையவே இருந்தார்கள். அவர்கள் அத்தனை பேரும் தாமே இஷ்டப்பட்டு தம்மை பெரியய்யாவிடம் விற்றுக்கொண்டவர்கள். மண்ணாங்கட்டியும் அவன் பெண்ஜாதியும்கூட பஞ்ச காலத்தில் பெரியய்யாவிடம் தம்மை விற்றுக்கொண்டவர்கள்தானே? இந்தப் பட்டணம் எப்போதும் இப்படியா இருக்கிறது? ஒரு பக்கம் தெக்கில் இருந்து மராத்தியர்கள் என்று சொல்லப்பட்டவர்கள் வந்து கொள்ளையடிப்பார்கள். வடக்கில் இருந்து இன்னொரு சனக் கூட்டம் வரும். ஆற்காட்டு சனங்களாம் அவர்கள். மகராசர்கள், வந்தால் மாடு கன்று காவிகளைத்தான் குறி வைப்பார்கள். கட்டின இடுப்புத் துணிகளையும்கூட உருவிக்கொண்டு போவார்கள். பயிர் பச்சைகள், பேய்களைப் போன்ற அவர்களின் குதிரைகளின் கால்

அடியில் சிக்கி அழியும் சனங்கள், நோய், பட்டினிகளில் செத்து வீழ்ந்தார்கள். அந்த நாட்களில், மண்ணாங்கட்டி, தன்னைப் பத்து ரூபாய்க்கும் தன் பெண்ஜாதியை நாலு ரூபாய்க்கும், ஆக பதினான்கு ரூபாய்க்குப் பெரியய்யாவிடம் தன்னை விற்றுக்கொண்டான். பெரியய்யா வீட்டில் நாளுக்கு ரெண்டு தடவை, வயிறு குளிர கஞ்சி கிடைக்கிறது. வருஷத்துக்கு ஒரு தடவை இடுப்புக்குத் துணி கிடைக்கிறது. அப்புறம் என்ன? என்றுதான் இருந்தான் மண்ணாங்கட்டி. ஆனால், அண்மைக் காலமாக என்னமோ ஒன்று அவன் மனசை அரிக்கிறது. எதையோ இழந்தது மாதிரி. எதை அவன் இழந்தான்? தெரியவில்லை. அவன் பெண்ஜாதி சொன்னது அவன் ஞாபகத்தில் தைத்தது.

"இந்தத் துவரைக் குட்டியை, எங்கண்ணன் வீட்டுக்கு அனுப்பி வச்சுட்டா என்ன? அவர், அவளுக்கு ஒரு நல்ல இடமாகப் பார்த்துக் கல்யாணம் பண்ணி வைப்பாரே. நம் தலையெழுத்துதான், சாணி பொறுக்க வேணும்னு ஆச்சு. நம்ம புள்ளைக்கும் அதுதான் விதியா? அவளாவது குடும்பம், குழந்தை குட்டின்னு இருக்கட்டுமே"

அது நியாயம் என்று பட்டது மண்ணாங்கட்டிக்கு. தனக்கும் தன் பெண்ஜாதிக்கும் நேர்ந்தது, தன் மகளுக்கு நேர வேண்டாமே. இதைத்தான் பெரியய்யாவிடம் சொல்ல வேண்டும் என்று அவன் முயன்றுகொண்டிருந்தான். அவர், கட்டாயம் அனுமதி தருவார். இந்தத் துவரைக் குட்டிக்கு அந்தப் பேரை வைத்தவரே அய்யாதானே. செவந்திக்குக் குழந்தை பிறந்தது. குழந்தையை எடுத்துக்கொண்டு, அய்யாவைக் கண்டு கொள்வதற்காக மண்ணாங்கட்டியும் செவந்தியும் போனார்கள். அய்யா, வெற்றிலைப் போட்டுக்கொண்டு, இன்றுபோலத்தான் அன்றும் திண்ணையில் பலகாரம் சாப்பிட்டுப் போட்டு, வெகு ஆனந்தமாக அமர்ந்திருந்தார்.

"உம். குழந்தை பெத்துக்கனீங்களாக்கும்; என்ன குழந்தையடா?"

"பொட்டைக் குழந்தைங்க சாமி..."

"உம்... என்ன பேரு வச்சிருக்கேடா?"

அவன் ஒரு கணம் தயங்கியபடி சொன்னான்

"வடிவு... வடிவுன்னு இவ வச்சிருக்கா சாமி..." என்று செவந்தியைக் காட்டி, சற்று பயத்துடனே சொன்னான் மண்ணாங்கட்டி.

பெரியய்யாவின் முகம் சுருங்கியது. பெரிய கோயில் சாமியின் பேரைப் போய், இந்த சனங்கள் வைத்திருக்கிறார்களே என்கிற சிறு எரிச்சல் மூண்டது அவருக்கு.

"என்னடா, வடிவு? உங்க சனத்துக்கு இந்தப் பேரு அடுக்குமாடா?" என்றபடி, அவர் யோசித்தார். செவந்தி தன் அருமை மகளுக்கு ஆசையாய் வைத்த பேர் அது. அய்யா யோசித்தார். அந்நேரம் ஆள்காரன், பலசரக்குக் கடையிலிருந்து ஒரு மூட்டையைத் தூக்கிக்கொண்டு, அவ்விடம் வந்தான்.

"என்னடா மூட்டை?" என்றார் அய்யா.

"துவரம் பருப்புங்க ஐயா" என்றான் ஆள்காரன்.

அய்யா, மண்ணாங்கட்டியைப் பார்த்துச் சொன்னார்.

"உன் குட்டிக்குத் துவரைன்னு பேர் வையடா? உங்க சனத்துக்கு அதுபோதும்"

சத்தம் இல்லாமல் வடிவு, துவரையானாள்.

வெயில் கன்னத்தையும், கழுத்தையும் தாக்கி, வியர்வையைப் பெருக்கியது. பெரியய்யாவின் கவனம் இவன் பக்கம் எப்போது திரும்பினாலும், கேட்டுவிட வேண்டியதுதான், என்று மனசுக்குள் நினைத்துக்கொண்டு, தருணத்துக்காகக் காத்துக்கொண்டிருந்தான். ஒரு சமயத்தில், அவர் முகத்தில், எதற்காகவோ புன்னகை அரும்பியதாக அவனுக்குத் தோன்றியது. அய்யா, சற்று முன்னால் குனிந்து வாயில் இருந்த எச்சிலைத் 'தூ' என்று தூரமாகத் துப்பினார். அப்படித் துப்பி விட்டு, அய்யா அவனைப் பார்த்தார். அந்த 'தூ'வின் சற்று காரமும், கோபமும் இருப்பதாக அவனுக்குத் தோன்றியது. அப்போது அய்யா, அவனைப் பார்த்து "என்னடா?" என்பதுபோலத் தலையசைத்தார். அந்த நேரம் மண்ணாங்கட்டிக்கு, தான் சொல்ல வந்ததே மறந்து போய் விட்டது.

"மாடுகளுக்கு புண்ணாக்கு வச்சாச்சு, ஆண்டை" என்றான். அதே நேரம் ஒரு வேலைக்காரன், சொம்பில் தண்ணீர்கொண்டு வந்து அவர் எதிரில் வைத்தான். அய்யா வாய் கொப்பளித்து நீரை உமிழ்ந்தார். அப்புறம் புறப்படச் சித்தமானார்.

இப்போது, பட்டாம்பூச்சி, அய்யாவின் செருப்புகளின் மேல் அமர்ந்திருந்தது. கண் இமைப்பதுபோலத் தம் இறக்கையை அடித்துக்கொண்டது. துவரை, அதை எப்படியாவது, பிடித்து விடுவது என்று அரவம் இல்லாமல் செருப்புக்குப் பக்கத்தில் அமர்ந்துகொண்டு, கையை நீட்டினாள்.

பெரியய்யா, திண்ணையில் இருந்து இறங்கி, "எங்கேடா செருப்பு?" என்றார். அய்யாவின் பேச்சைத் துவரை கேட்டாள். செருப்பை எடுத்து வந்து அவர் கால்களுக்கு முன்னால் வைத்தாள்.

பெரியய்யா, "யார்ரா இவ?" என்றார்.

மண்ணாங்கட்டி ரெண்டடி முன் வைத்து, "என் மவதாங்க... துவரை" என்றான்.

பெரியய்யா, அந்தச் சிறுமியை ஒருமுறை பார்த்தார்.

"வீட்டுல, கை வேலைக்கு, எடுபிடிக்கு ஒரு குட்டி வேணும்னு சொல்லிக்கிட்டு இருந்தாளே... இந்தக் குட்டி இங்கயே இருக்கட்டும்." என்று நிதானமாகச் சொல்லிவிட்டு, செருப்பை மாட்டிக்கொண்டு நடந்தார், பெரியய்யா.

செவந்தி தலையிலும், மார்பிலும் அடித்துக்கொண்டு அழுதாள்.

"என் மவளுக்கும் இந்தக் கெதி ஆச்சே" என்று அவள் அழுகிறதைப் பார்த்து, மண்ணாங்கட்டிக்கும் மனம் குமைந்தது. அது பற்றி அவன் வாய் திறந்து பேசக்கூடாது. பெரியய்யாவோட முடிவுக்கு அப்புறமும் ஒருத்தன் அதுக்கு விரோதமாக மனுசுக்குள்ளேயும் நினைக்கிறதாவுது?

"விதி புள்ள... விதி!" என்றதோடு அவன் வேறு ஒன்றும் பேசவில்லை.

செவந்தி, தன் மகளை அதுக்கப்புறம் தூரத்தில் வைத்துப் பார்த்தாள். ஆண்டை வீட்டு அம்மாள், தொட்டியில் கம்மங் கஞ்சியோ, கேழ்வரகு கூழோ கரைத்து ஊற்றுகிறபோது, தொட்டிக்குப் பக்கத்தில், செம்பு ஜலத்தை வைத்துக்கொண்டு துவரை நிற்பதைப் பார்ப்பாள் செவந்தி. அவள் தொண்டைச் சதை ஏறி இறங்கும் கண்களில் கண்ணீர் விளிம்பு கட்டும், மகளை அருகில் இருந்து பார்க்கவும், தொடவும் கட்டி அணைத்துக்கொள்ளவும் அவள் ஆசைப்படுவாள். துவரைக்கும் அது போன்ற ஆசை இருக்கத்தானே வேண்டும்? பண்ணைச் சனங்களுக்கு கூழ் ஊற்றுகிற்ற நாளில், துவரையின் கண்கள் அந்தக் கூட்டத்தைத் துழாவி ஆத்தாளிடமும் அப்பனிடமும் வந்து நிலை குத்தி நிற்கும். நெஞ்சு துடிக்கும். அப்புறம் சுதாரித்துக்கொண்டு, ஆண்டை வீட்டு அம்மாளின் எடுபிடிக்குள் தன்னை ஆழ்த்திக் கொள்வாள்.

செவந்திக்கு, தம் மகளைக் கிட்டத்தில் நின்று பார்க்கிற அதிர்ஷ்டம் சீக்கிரத்திலேயே வாய்த்தது. சாணக் குழியில், சாணத்தை நிரப்பி விட்டுத் திரும்பியவள், மாட்டுத் தொழுவத்தில் ஆண்டை வீட்டு அம்மாளைப் பார்த்தாள். செவலைப் பசு போட்ட கன்றைப் பார்க்க வந்திருந்தாள். அம்மாளின், நாலைந்து பேர்கொண்ட பரிவாரத்தோடு துவரையும் நின்றிருந்தாள். அம்மாள், தொழுவத்தைச் சுற்றிப் பார்த்துக்கொண்டு நிற்கையில், செவந்தி துவரையின் பக்கம் நெருங்கி நின்றாள்.

"மவளே... எப்படி இருக்கே" என்று துவரைக்கு மட்டும் கேட்கும் குரலில் கேட்டாள்.

துவரை, தாயை ஏறிட்டாள். யாரோ அந்நிய, பழக்கம் இல்லாத மனுஷர்களைப் பார்ப்பதுபோல் பார்த்தாள். அவள் பார்வையில் எந்த ஜீவனும் இல்லை. வெறிச்சிட்டபடி, தன் தாயைப் பார்த்தாள் பெண்.

"என்னடி இப்படிப் பாக்கே! என்னைத் தெரியலையா? என்றாள் செவந்தி.

"நீ யாரு?" என்றாள் துவரை.

அளவில்லாத அதிர்ச்சியுடன் செவந்தி சொன்னாள்:

"உன் ஆத்தா... ஆத்தாடி"

"ஆத்தான்னா, என்னை எதுக்கு இந்த ஊட்டுக்குக் கொடுத்தே."

துவரை, தன் ஆண்டை அம்மாளிடம் போய்ச் சேர்ந்துகொண்டாள்.

செவந்தி, அந்த இடத்திலேயே உட்கார்ந்து, இழந்து போன தன் மகளுக்காக அழத் தொடங்கினாள்.

ஊர் பரபரத்தது. ரொம்பப் பெரிய அந்தஸ்திலே இருக்கப்பட்ட ஒரு வெள்ளைத் துரை, பெரியய்யாவைப் பார்க்க வரப் போவதாக வதந்தி பரவியது. அதிகாரிகளும் சிப்பாய்களும் ஊருக்குள் புகுந்து, அட்டூழியம் பண்ணத் தொடங்கினார்கள். நடக்கத் தெம்பற்று, தெரு ஓரம் விழுந்து கிடந்த ஒரு கிழவியைக் காலால் எட்டித் தள்ளினான், ஒரு வெள்ளைச் சிப்பாய். தண்ணீர் சேந்திக்கொண்டு வந்த பெண்ணிடம் வம்பு பண்ணினான் ஒரு வெள்ளைச் சிப்பாய். சகல களேபரங்களுக்குப் பிறகு, ஒரு நாள் அந்த வெள்ளைத் துரை பெரியய்யாவைப் பார்க்க வந்தே விட்டான்.

வீட்டுக்கு வெளியே, பட்டுத் துணி விரிப்புக்குக் கீழே, நாற்காலி போட்டுக்கொண்டு அதன் மேல் உட்கார்ந்து, அந்தத் துரையும், பெரியய்யாவும், பேசிக்கொண்டிருந்தார்கள். சற்று தள்ளி, ஊரே கூடி, இந்த விநோதக் காட்சியைப் பார்த்துக்கொண்டிருந்தது.

இளநீர்க் குலையைக்கொண்டு போய், அருகில் வைத்து, இளநீர் வெட்டிக் கொடுக்கிற பொறுப்பு மண்ணாங்கட்டிக்கு இருந்ததால், அந்தத் துரையை அருகிருந்து பார்க்கிற அதிர்ஷ்டம், அவனுக்கு வாய்த்தது.

அது என்ன நிறம்? அம்மாடி, சுண்டக் காய்ச்சின பால் மாதிரி, அரைத்த கேழ்வரகு மாவு மாதிரி, இப்படியும் ஒரு நிறம் மனுஷருக்கு வாய்க்குமா? அப்படியே அசந்து போய் நின்றான் மண்ணாங்கட்டி. துரை, போய் வெகு நேரம் கழித்தும் அவனுக்கு ஏற்பட்ட பிரமை நீங்கின பாடில்லை.

பெரியய்யாவின் கார்வார்தான் அவன் கவனத்தைக் கலைத்தார்.

“என்னடா... அப்படி பேய் அடிச்ச மாதிரி நிக்கே?” என்றார் கார்வார், அவனைப் பார்த்து.

“சாமி, அந்தத் துரையைப் பார்த்து இப்படி ஆச்சுதுங்க” என்றவனை இரக்கம் தோன்ற பார்த்தவர், தொடர்ந்து சொன்னார்:

“மண்ணாங்கட்டி, ஒரு முக்கிய விசயம். உன்கிட்டே பொறுப்பை ஒப்படைக்கிறேன். தட்டுத் தடுமாறி தப்பு பண்ணினே உடம்புத் தோலை உரிச்சுப்பிடுவேன். படவா” என்றார்.

“சாமி உத்தரவு.”

“முத்தால் பேட்டை வீட்டுச் சாவி இது. ஓட்டமும் நடையுமா போயி, வீட்டை தெறந்து, துடைச்சு வையி. ராத்திரிக்கா முப்பது நாப்பது சனம் அங்க வரும். நானும் வருவேன். நாளைக்கு விடியலுக்கு முன்னே, கப்பல்ல, ஏத்தி விடணும்.”

“சாமி உத்தரவு”

கார்வார் கொடுத்த சாவியை வாங்கிக்கொண்டு, ஓட்டமும் நடையுமாக முத்தால் பேட்டை வீடு போய்ச் சேர்ந்தான். கடற்கரையை ஒட்டின தென்னந்தோப்புக்குள் இருந்தது அந்த வீடு. வீட்டுக் கதவு, சப்தத்துடன் திறந்துகொண்டது. சன்னல்களை அடைத்துக்கொண்டு நூலாம்படை தொங்கியது. அரண்மனை மாதிரியான வீட்டை பெரியய்யா இப்படிப் போட்டு வைத்திருக்கிறாரே என்று இருந்தது அவனுக்கு.

இருட்டிய பிறகு, கார்வார் வந்து சேர்ந்தார். அவருடன், முப்பது நாற்பது பேர் வந்தனர். ஏழு எட்டு வயசு தொடங்கி 25 வயசு வரைக்குமான ஆண், பெண்கள் அந்தக் கூட்டத்தில் இருந்தார்கள். வியாபாரிகள் சிலரும், கார்வாருடன் வந்திருந்தார்கள். அவர்கள், அந்த ஆண் பெண்களுக்கு மொட்டை அடித்தார்கள். மொட்டை அடிக்கப் பெற்ற பிறகு, அவர்களுக்கு கறுப்புத் துணியைக் கொடுத்து உடுத்திக்கொள்ளச் சொன்னார்கள். ஒற்றை அகல் விளக்கு வெளிச்சத்தில், நடைபெற்றுக்கொண்டிருக்கும் இதை, வெகு ஆச்சரியமுடன் பார்த்துக்கொண்டிருந்தான் மண்ணாங்கட்டி. என்ன நடக்கிறது என்று அவனுக்குப் புரியவில்லை.

நல்ல முகமாகத் தென்பட்ட, தமிழ்ச் சிப்பாய் ஒருத்தனை அணுகிக் கேட்டான்.

“எசமான், இந்த சனங்கள்ளாம் யாரு? என்னத்துக்கு மொட்டை போட்டுக்கிறாங்க. ஏதாச்சும் பிரார்த்தனைங்களா?”

சிப்பாய், மண்ணாங்கட்டியைப் பார்த்துச் சிரித்தான். “முண்டமே! அதுங்கள்ளாம், கடல் தாண்டி போற அடிமைங்க... நம்ம தூய்மா துரை இதுங்களை வாங்கியிருக்காரு... அவருக்குத் தேயிலைத் தோட்டத்துல வேலை செய்யறதுக்காக, துரை இதுங்களை வாங்கிட்டுப் போறாரு...”

கப்பல் ஏறிக் கடல் கடந்து போகிற அடிமைகள். அவனுக்குத் திக்கென்றது. என்ன பாவ ஜென்மம் என்றிருந்தது. இருட்டில், சுவரையொட்டி வரிசையாக அமர்த்தப்பட்டிருந்த அந்தப் பாவப்பட்ட ஜென்மங்களைக் கூர்ந்து கவனித்தான். திடுமென, அவன் அதிர்ச்சியடைந்தான். அவனையறியாமலே அவன் உடம்பு ஆடியது. அடிமைகளில் ஒருத்தியாக, மொட்டையடிக்கப்பட்டு கறுப்புத் துணி உடுத்திக்கொண்டு அமர்ந்திருந்தாள் அவன் மகள் துவரை. அவள் அவனைப் பார்த்தாள். எந்த உணர்ச்சியும் அற்று வறண்டிருந்தது அவள் பார்வை.

விடிய, இன்னும் இரண்டு நாழிகை இருந்தது. அடிமைகள், படகில் ஏற்றப்பட்டிருந்தார்கள். இரண்டு படகுகளில் அவர்களை நெருக்கி ஏற்றினார்கள். பெரியய்யாவும் அந்த நேரம், அங்கு வந்திருந்தார். அவர் கைசயைக்கப் படகுகள் நகர்ந்தன.

அந்த நேரம், எங்கிருந்தோ, “மகளே” என்கிற நெஞ்சைக் கிழிக்கிற குரல் ஒன்று எழுந்தது. அம்மாவின் குரல்தான். யார்

முகமும் தெரியாத இருட்டுதான். எனினும் துவரைக்கு அவள் அம்மா தெரிந்தாள்.

"அம்மா!" என்று அலறினாள் துவரை.

படகுகள் அடிமைகளை ஏற்றிக்கொண்டு நெடும் பயணத்தை மேற்கொண்டன. எங்கும் இருட்டு, உலகை ஆக்ரமித்துக்கொண்டிருந்தது.

1993

அம்மினி

அமராவதிப் பட்டணத்துக்கு, மூர்த்தி குடிபெயர்ந்த போது முதல் முறையாக அவனை வரவேற்று இடம் தந்தது, சூளை சுண்ணாம்புக்காரத் தெருதான். பேட்டையில் மிகுந்த புகழ் பெற்ற தெரு அது.

சுண்ணாம்புக்காரத் தெரு, தொடக்கத்தில் மாடி, கல், மெத்தைக் கட்டடங்களாக ஆரம்பித்து, கொல்லத்துக்காரர் குடியிருப்பான குடிசைகளாக முற்றுப் பெறும், இரண்டு அமைப்புகளைக் கொண்டது. முதல் இருநூறு வீடுகள், கல் வீடுகள். மீதி முந்நூறு குடிசைகள். கல் வீட்டுக்காரர்கள், காலை ஒன்பது மணிக்கு அலுவலகம் புறப்படுகிறார்கள் என்றால், குடிசை மக்கள், கொலுரு, மட்டப் பலகை, தூக்கு சகிதம் காலை ஏழு மணிக்குப் புறப்பட்டு விடுவார்கள். சுண்ணாம்புக்காரத் தெருவை மனித உருப்படுத்திப் பார்த்தால், குளித்துப் பெட்டிப் போட்ட துணியோடு அலுவலகம் செல்லும் அண்ணன்; அழுக்குத் துணியோடு பிழைப்புத் தேடிச் செல்லும் தம்பி என்பதாகக் கொள்ளலாம்.

மூர்த்திக்குக் குடிசை, மனை ஒட்டிய பகுதியில் இடம் கிடைத்தது. வெளித் தோற்றத்தில், இரண்டு பக்கமும் திண்ணை வைத்த ஓட்டு வீடு அது. அடுத்து, இருண்ட நடை, ஏதோ கிழம் படுத்துக்கொண்டிருந்த இருமல் சத்தத்தால் புலப்பட்டது. அதைக் கடந்தால் நாலடி செங்கல் பாவிய நடைபாதை. இரு பக்கமும் சீப்புப் பல்களைப்போல, சீராக, அளவாக அமைக்கப்பட்ட வீடுகள் அல்லது போர்சன்கள். தீப்பிடிக்காத கூரை, ஒரு சின்னக்கூடம் அல்லது அறை. அறையை ஒட்டின தடுப்புக்குப் பக்கத்தில் சமையல் அறை. இதுதான் வீடு. பொதுக் குளியல்

மற்றும் கழிப்பறைகள், வீடுகளில் இருந்து சமையல் வாசனை வந்துகொண்டிருந்தது. காரக்குழம்பு அல்லது மீன் குழம்பு வாடை மிக இனிமையாகப் பரவியிருந்தது. நடைபாதையில், காலை நீட்டிப் போட்டுக்கொண்டு 'வறட் வறட்'டென்று தலைவாரிக்கொண்டிருந்த பெண்மணி, இவர்களைக் கண்டதும் காலை மடக்கிக்கொண்டு வாருவதைத் தொடர்ந்தாள். ஏதோ ஒரு வீட்டில் இருந்து, பச்சைக் கிளி கூவுவது கேட்டது. திறந்திருக்கும் கதவு வழியாகப் பார்த்ததில், எல்லா வீடுகளிலும் தொ. கா. பெட்டி இருந்தது தெரிந்தது. வட்ட ஒயர் கூடை நாற்காலியில் ஆட்கள் உட்கார்ந்திருந்தார்கள். கறுப்புக் கூரையும், காரை உதிர்ந்த செம்மண் சுவரும், சமையல் அறைகளில் இருந்து வெளியேறிப் பரவும் புகையும், எங்கிருந்தோ கிளி கூவும் குரலும், மனிதச் சத்தங்களும், ஏதோ பழங்கால ஓவியங்களை நினைவுபடுத்தின மூர்த்திக்கு.

சாருக்கு ஆறு வீடு, பனிரெண்டையும் கடந்து, பதி மூன்றாவதாகத் தனித்து தெற்றுப்பல் மாதிரி தனித்திருந்தது, ஒரு வீடு. அது மூர்த்திக்கு என்றான் சுந்தர். முன்னைய வீடுகளைப்போலவே கூடம் அல்லது அறை. சமையல் தடுப்பு, சன்னலைத் திறந்தான் மூர்த்தி. ஒதுங்கியிருந்த அவன் வீட்டை ஒட்டி கிணறும், கிணற்றங்கரையை ஒட்டி ஒரு முருங்கை மரமும் இருந்தன. அந்த வீடு, அதன் காரணமாகவே மூர்த்திக்கு பிடித்துப் போய்விட்டது. தாட்டியான உருவத்தோடு ஓர் அம்மாள் வந்தாள். "இந்தம்மாதான் வீட்டுக்காரங்க" என்றான், சுந்தர். "இந்த ஆளுதான் தங்கப் போவுதா?" என்று கேட்டாள் அந்த அம்மாள்.

"ஆமா" என்றான் மூர்த்தி.

"வீடு பிடிச்சிருக்கா?"

"இருக்கு"

மூர்த்தி முன்பணத்தை எடுத்து அவளிடம் தந்தான். எண்ணிப் பார்த்து, பணத்தை தன் இடுப்புச் சுருக்குப் பையில் போட்டுக்கொண்டாள்.

"தம்பி! மாசம் பொறந்தா அஞ்சு தேதிக்குள்ளே வாடகை பணத்தைக் கொடுத்திடணும். அனாவசியத்துக்கு ஆளுங்களை இட்டாந்து, ராத் தங்க வைக்கக்கூடாது. பொம்பிளைங்க குடுத்தனம் இருக்கிற இடம். அத்து மீறக்கூடாது. குட்டிகளை பகிலிலயாவது, ராத்திரியில் ஆவது இட்டாந்து வைச்சுக்கக்கூடாது. நான்

ரொம்ப கண்டிசன். எனக்கும் பொண்ணு இருக்கு. ராத்திரி பத்து மணிக்குள்ளாற வீடு திரும்பிடணும். அப்புறம் நான் வீட்டைச் சாத்திப் போட்டுடுவேன். நான் எப்படிப்பட்டவள்னு நாலு இடத்தில கேட்டுப்பாரு. நல்லவங்களுக்கு நல்லவள். சண்டிக்குச் சண்டி."

"சரி" என்று ஒப்புக்கொண்டார் மூர்த்தி.

அப்போது அந்த அம்மாளை ஒட்டிக்கொண்டு, ஒரு சிவந்த தாட்டியான பெண்மணி வந்து நின்றாள். அவள் கையில் துடைப்பம் இருந்தது.

இவள்தான் அம்மினி! இங்கிருக்கும் வீடுகளுக்குப் பெருக்க, வார, துணி துவைக்க உதவி ஒத்தாசைக்கு இருக்கிறாள். உனக்கு வீடு பெருக்க, தண்ணி எடுத்து வைக்க ஒத்தாசைக்கு இருப்பாள். ஏதாச்சும் நாலு காசு கொடு. சூதுவாது தெரியாதவள். ஆனால், ஒன்று வாயைத் திறந்தால் மூடமாட்டாள்.

அந்த அம்மாள் சொல்லி முடிக்குமுன்னே, அம்மினி அறைக்குள் நுழைந்து பெருக்கத் தொடங்கினாள். நின்றால் அவனையும் சேர்த்துப் பெருக்கித் தள்ளுவாள் எனத் தோன்றிற்று. அவர்கள் மூவரும் வெளியே வந்து நின்றார்கள். வீட்டைக் கூட்டி விட்டு வந்த அம்மினி, "சாரு, ஒரு அஞ்சு ரூவா கொடு" என்றாள்.

"என்னத்துக்கு?"

"குடம் வாங்க. தண்ணி குடிக்க வேணுமில்லே. பண்டம் பாத்திரம் எதுவும் இல்லாமே வந்துக்கினியே"

மூர்த்தி பணத்தை எடுத்துக் கொடுத்தான். அவள் போன பின் பெட்சீட்டை விரித்து, சுந்தரை அமரச் சொன்னான். பெட்டியைத் திறந்து, சில புத்தகங்களை எடுத்து, சன்னல் ஓரம் அடுக்கி வைத்தான். அட்டைச் சட்டம் இட்ட மனைவி, குழந்தைகள் படத்தை எடுத்து சன்னல் விளிம்பில் வைத்தான். ஒரு பத்தியைக் கொளுத்தி, கதவு இடுக்கில் சொருகி வைத்தான். ஞாபகமாக சாம்பல் கிண்ணத்தை எடுத்து வைத்துக்கொண்டு, சமுக்காளத்தில் அமர்ந்து புகைக்கத் தொடங்கினான்.

சுந்தர் கிளம்ப ஆயத்தமானான். பக்கத்தில் தெருமுனையில் இருக்கும் ஆரியபவன், நாடார் அசைவ ஓட்டலைப் பற்றிக் குறிப்புகள் தந்தான். அப்புறம் புறப்பட்டுச் சென்றான். சற்று நேரத்தில் அம்மினி குடம் நீரை இடுப்பில் சுமந்துகொண்டு திரும்பினாள்.

"சாரு... புதுப் பானை தண்ணி கசியும், ஓட்டைன்னு நினைச்சுடாதே. ரெண்டு நாள் ஆனால் சரியாயிடும். அட... இது யாரு சாரு? உன் பொண்சாதி, புள்ளைங்களா...?"

"உம்?"

"அழகா இருக்கு. உன் வீட்டு அம்மா..."

"என்ன சம்பளம் எதிர்பார்க்கிறீங்க?" என்று கேட்டான்.

அவள் ஒரு மாதிரியாக, ஆச்சரியம் தோன்றப் பார்த்தாள். "தினம் வீடு பெருக்க, தண்ணி எடுத்து வைக்க, துணி போட்டா துவைச்சுப் போட, மாசம் அம்பது ரூபா கொடேன். அதிகமா கேக்கறேனா?"

"இல்லையே"

"இல்லை. அம்பதே வாங்கிக்கிடுங்க" என்றான் மூர்த்தி.

எதிர்ச் சுவரில் வெயில் ஏறி இருந்தது. மணி, பத்து பத்தரை இருக்கும். ஒரு மணிக்குச் சாப்பிட போகலாம். அதுவரை படித்துக்கொண்டிருக்கலாம் என்று யோசித்தபடி, ஒரு புத்தகத்தை எடுத்துப் பிரித்தான், அதற்குள் புகுந்து விட்டான்.

தோட்டத்துக் கிணற்றில் இராட்டினம் சுத்தும் ஓசை ஜலதரங்கத்தைப்போல, செவிக்குச் சுகமாக வந்துகொண்டிருந்தது. இரும்பு வாளியும், பித்தளைக் குடங்களும் சுவர்க்கட்டையில் மிருதங்கம்போல் மோதின. சிட்டுகளின் கீச்சுகளும், காக்கைகளின் கரகர ஓசையும், பக்கத்து வீட்டுக் குழந்தை எதன் பொருட்டோ அழும் ஓசையும் எழ, வாழ்க்கை அதன் வாசனையோடும், ஓசையோடும் நகர்ந்தது. தாளிப்பு வாசனைகள், மூக்கை வசப்படுத்தின. ஊடே ஊடே இவற்றை அனுபவித்துக்கொண்டே வாசித்துக்கொண்டிருந்த மூர்த்தியின் கவனத்தை வாசலில் ஆடின நிழல் கலைத்தது.

"யாருங்க?"

"நான், இங்க இருக்கிறவங்க. அய்யாவுக்குச் சாப்பாடு நேரமாச்சே, எடுப்பு சாப்பாடு வாங்கிட்டு வரலாங்களான்னு கேட்டுப் போக வந்திருக்கேன்."

"சாப்பாடு வேண்டும்தான். ஆனால், பாத்திரம் இல்லையே."

"நம்மகிட்ட இருக்குங்க. ஓட்டல்லேயும் வாங்கிக்கலாம். நமக்குக் கொடுப்பாங்க... வேணும்னா சொல்லுங்க..."

அவன் யோசித்தான். வெளியில், நடைபாதையில் அடித்த வெயில், பயம் காட்டியது.

"இதுக்கு நான் என்ன தரணும், உங்களுக்கு?"

அவர் நரைத்த தாடியைத் தடவி விட்டுக்கொண்டு சிரித்தார். வயது, அறுபது என்றும் ஐம்பது என்றும் மதிக்கும்படி இருந்தார். கீழே கைலியும், இறுக்கிப் பிடித்த சட்டையுமாக இருநாதர். ஆரோக்கியவான் என்று பார்த்த மாத்திரத்தில் தெரிந்தது. கண்ணிலே நல்ல குணம்.

சட்டைப் பையிலே இருந்து பணத்தை எடுத்துக் கொடுத்தான். "என்ன சாப்பாடுங்க? சைவமா, அசைவமா? சைவம் நாக்கு செத்துப் போகுங்க. நாடார் கடை நல்லா இருக்கும். மீன் வறுவலும், மீன் குழம்பும் வாங்கி வர்றேன். எக்ஸ்ட்ரா வேணாம்னாலும் குழம்பிலே ஒரு துண்டு மீன் இருக்கும்."

"எக்ஸ்ட்ரா இருக்கட்டும்."

அவர் பணத்தைப் பெற்றுக்கொண்டு புறப்படுகையில், அவன் கேட்டான்.

"உங்கள் பேரு?"

"சுந்தரம்பாங்க. சூளை சுந்தரம்பிள்ளைன்னா ஊருக்கே தெரியும். தெரு வண்டை, கோழிக் கூண்டு மாதிரி ஒண்ணு இருக்கே, பார்த்திருப்பீங்களே, அதுலதான் வாசம்."

"உங்களுக்கு நான் என்ன தரணும்னு சொல்லலியே."

"எதையும் கொடுங்க. சந்தோஷமா வாங்கிக்கிறேன்."

அவர் போயிட்டார். சில நிமிடங்களில் அம்மினி வந்து சேர்ந்தாள்.

"கிழவன் காசை வாங்கிட்டு போயிடுச்சா?"

"ஆமா... ஏன்?"

"எதுக்கு அந்த ஆளுகிட்ட பணத்தைக் கொடுத்துக்குனு? அம்மினின்னு ஒரு குரல் கொடுத்திருந்தா, நான் ஓடி வந்திருப்பேனே"

"பண விஷயத்திலே மோசமான ஆளா?"

"சேச்சே... நாக்கு அழுகிடும். அந்த மாதிரி ஆள் இல்லை. இனிமேல், எதனாச்சும் தேவைன்னா, அம்மினின்னு ஒரு குரல் கொடுங்க. அங்கனே, முதல் வீட்டில கிடப்பேன்."

"சரி."

"சிகரெட்டு, பீடி, சுருட்டு எதினாச்சும் வேணுமா?"

அவன் தயங்கியபடி "சிகரெட் வேணும்" என்றார்.

"இன்னா சிகரெட்டு? கத்திரி, யானை, தொப்பி, பெர்க்கிலி?"

"சார்மினார் ஒரு பாக்கெட்டு"

அவள் காசை வாங்கிக்கொண்டு போய், இரண்டு நிமிடத்தில் சிகரெட், தீப்பெட்டி சகிதம் வந்து சேர்ந்தாள். சொல்ல வில்லையானாலும், தீப்பெட்டியும் சேர்த்து வாங்கி வந்தது, அவனுக்குத் திருப்தியாக இருந்தது.

சற்று நேரத்துக்கெல்லாம், சுந்தரம் பிள்ளை வந்து சேர்ந்தார். கையில் தூக்குப் பாத்திரமும், மடித்த வாழை இலையும், அவன் சாப்பிடத் தொடங்கினான். நன்றாகவே இருந்தது. கவனமாக முழுவதும் சாப்பிட்டு விடாமல், பிள்ளைக்கும் பாதி மீதி வைத்தான். அதுகாறும் மறைவாக அமர்ந்திருந்த பிள்ளை, அவன் சாப்பிட்டு முடித்தான் என்பதை அறிந்ததும், பாத்திரங்களை எடுக்க வந்தார்.

"ஐயா... பாதி சோற்றுக்கு மேலே அப்படியே இருக்குதே?"

"உங்களுக்காகத்தான் வைச்சிருந்தேன்."

"மன்னிக்கணும், நான் எச்சில் சோறு சாப்பிடறதில்லை."

மூர்த்திக்கு அதிர்ச்சியாக இருந்தது. தன் தவறை நினைத்து நொந்துகொண்டான். "பிள்ளை, தெரியாமே பண்ணிட்டேன்"

"அது பெரிய விஷயங்களா, விடுங்க" என்றார் பிள்ளை. பாத்திரங்களை எடுத்துப் போனார்.

அவன் அவர் முகத்தைக் கூர்மையாக நோட்டமிட்டான். அது சிரித்த முகமாகத்தான் இருந்தது. மூர்த்திக்கு, இது மிகுந்த மனபாதிப்பை ஏற்படுத்தி விட்டது. அந்தப் பெரிய மனிதரைத்தான் சரியாகப் புரிந்துக்கொள்ளாமல் அவமானப்படுத்தி விட்டோமோ என்றதாக நினைத்துக்கொண்டான். அவரைப் பற்றித் தெரிந்துக்கொள்ள வேணும் என்கிற ஆவல் அவனுக்கு ஏற்பட்டுவிட்டது.

முதல் வீட்டில் வீட்டுக்கார அம்மாளும், அவள் மகனும் இருந்தார்கள். மகனுக்கு இன்னும் மணம் ஆகியிருக்கவில்லை. அந்த குடும்பத்துக்குச் சம்பளம் வாங்காமல் உழைத்துக்கொண்டிருந்தாள் அம்மினி. வீட்டுக்காரி என்ற முறையில் சம்பளம் இல்லாமல், அம்மினியைச் சுரண்டிக்கொண்டிருந்தாள் அவள். வீட்டுக்காரியின் மகன், வக்கீல் குமாஸ்தாவாக இருக்கிறான் என்று அம்மினி சொன்னாள். ஒவ்வொரு வீட்டைப் பற்றியும் அவள்தான் அவனுக்குச் சொன்னாள்.

வீட்டுக்கு வெளியே, கூண்டு மாதிரி நடைபாதையில் செய்து வைக்கப்பட்டிருந்தது. வெயில், மழை பனியிலிருந்து நல்ல பாதுகாப்பாக அது இருந்தது. அதில்தான் சுந்தரம் பிள்ளை படுத்துக் கிடப்பார்.

"அது சரி, சுந்தரம் பிள்ளை எப்படி நாளைப் போக்குகிறார்?"

"திமிரு பிடிச்ச ஆம்பளை சாரு, அந்த ஆளு. எங்கிருந்து வந்ததுன்னு யாருக்கும் தெரியாது. இங்க வந்து இருபது வருசம் இருக்கும். நான் வந்த நாள் தொட்டு இங்கதான் இப்படிக் கிடக்குது. சந்தைப் பேட்டையில, குங்கும்ப் பொட்டுக்காரி ஒருத்தி இருப்பாளே... நீ ஊருக்குப் புச்சு, உனக்குத் தெரியாது... பேட்டை ஆம்பிளைங்க அத்தினி பேருக்கும் தெரியும். மூஞ்சும் முகரையும், உடம்பும் உசுருமா அப்படி இருப்பாள். அந்தப் பொம்பிளையோட இந்த ஆளுக்குத் தொடுப்பு இருந்துச்சாம். இந்த ஆளுக்குப் புள்ளை வேற இருக்குதாம். எல்லாத்தையும் விட்டுப் போட்டு சிவனேன்னு கிடக்குது. அந்த மகராசியும் போய்ச் சேர்ந்துட்டா. கடைக்கு முறுக்குப் போடுது. பணம் தண்டலுக்கும் போகுது. எல்லாம் காலைலேயும் சாயங்காலமேயும் ஒரு மணி, ரெண்டு மணி வேலை. அப்புறமா, சும்மா தூங்குவோம், படுத்துக் கிடப்போம்னு இருக்கிறதில்லை. வீடு வீடா நுழைஞ்சு, உனக்கு இன்னா வேணும், இன்னா வாங்கியாரணும்னு வேலையை இழுத்துப் போட்டுக்கிட்டு செய்யும். ஆனால், யார்கிட்டேயும் பேச்சு வச்சுக்காது. யார் வாயையும் பார்த்துக்கிட்டு நிக்காது. அதுதான் எனக்கு எரிச்சலாட்டம் வருது. பெரிய ரப்புகொண்ட ஆளு, இருக்கட்டும். எனக்கு இன்னா போவுது"

சுந்தரம்பிள்ளை, நிரம்ப சிந்திக்க வேண்டிய ஆள் என்பது மாத்திரம் தெரிந்தது. இந்த அம்மினியும்தான் அப்படியிருந்தாள். காடுகள் மாத்திரம்தானா இரகசியங்களைப் பொதித்து வைத்துக்கொண்டிருக்கின்றன? மனிதர்களும்தான்! ஒவ்வொருவரிடமும் எத்தனை இரகசியங்கள்!

அந்தக் குடியிருப்பில் முதலில் உறங்கி எழுபவர் பிள்ளையாகத்தான் இருப்பார். மூர்த்தி, ஐந்து மணிக்கு அலாரம் வைத்துக்கொண்டு எழுவான். எழுந்து பாத்ரூமுக்குச் சென்று திரும்பினால், பிள்ளை தயாராக டீ வாங்கி வந்திருப்பார்.

"பிள்ளை நீங்க டீ சாப்பிட்டீங்களா?"

"ஆச்சுங்க..."

சிகரெட்டு இருக்கிறதா என்று பிள்ளையே ஆராய்வார். இருந்தால் சரி. இல்லையென்றால், தன் காசைப் போட்டு வாங்கி வந்து வைப்பார். காசு அவனிடம் எதிர்பார்க்க மாட்டார். கொடுத்தால், கடனைக் கொடுத்துவிட்டுத் திரும்பி மீதிச் சில்லறையைக்கொண்டு வந்து சேர்ப்பார். மீண்டும், இரண்டு மணி நேரம் கழித்து வந்து, அவன் எழுதுவதற்கு குந்தகம் ஏற்படுத்தாமல் அவன் தேவைகளைக் கேட்டு அறிவார். ஊடே, தனக்குப் பிழைப்பான வேலைகளைப் பார்த்துக் கொள்வார். மூர்த்தி வெளியே புறப்படாமல் எழுதிக்கொண்டிருந்தான் என்றால் அவனுக்கு மதியச் சாப்பாடும் மாலை சிற்றுண்டியும் வாங்கி வந்து, பரிமாறிக் கொடுக்கும் பொறுப்பையும் ஏற்றுக் கொள்வார்.

மூர்த்திக்கு மட்டும் என்றில்லை. அந்த வீடு முழுமையுமே அவரைப் பல வகையில் நம்பியிருந்தது. பெரிசுகளுக்குப் படிக்கப் பேப்பர், அவ்வப்போது குடிக்கத் தேநீர், அம்மாக்களுக்கு அடிக்கடி வெங்காயம், பச்சை மிளகாய், பூண்டு, இஞ்சி, வெந்தயம், உளுந்து என்று பல சரக்குப் பொருள்கள், நல்ல மணமுள்ள பவுடர் வாங்கித் தருதல், துவைத்துக் காய்ந்த துணிகளை, பெட்டிப் போட்டு வாங்கி வைத்தல், குழந்தைகளைப் பள்ளியில் விடக் கொண்டுபோதல்...

இத்தனை வேலைகளைத் தலையில் போட்டுக்கொண்டு அவர் உழைப்பதன் நோக்கம் என்ன? கூலியா? சில்லறைத் தட்டுகிறாரா? இல்லை. மூர்த்திக்குக் கடந்த மூன்று மாதக் காலமாக அவர்தான் எல்லா உதவிகளையும் செய்கிறார். அவரும் எனக்கு இது வேண்டும் என்று கேட்கவில்லை. அவனே குற்ற உணர்வு மேலோங்க எதையேனும் கொடுத்தால், "இருக்கட்டுங்க" என்றபடி மிகுந்த கூச்சத்துடன் அதைப் பெற்றுக் கொள்வார். நிச்சயம், அந்தப் பணத்துக்காக, அவனுக்காக உதவிகளை அவர் செய்யவில்லை என்பது திண்ணம். பிள்ளையின் முகத்தில் தோன்றும் கூச்சமும், அவமான உணர்வும் அவன் கைகளை மேலும் கட்டிப் போட்டுவிடும்.

போன செவ்வாய்க்கிழமை, ஒரு பெரிய ரகளை வீட்டுக்குள் நடந்தது. வீட்டுக்கார அம்மாளுக்கு அக்கா மகன் திருமணத்தை ஒட்டி, உதவி ஒத்தாசைக்கு அம்மினியை விடியகாலமே வரச் சொல்லிவிட்டு வீட்டுக்கார அம்மாள் போயிருந்தாள். அதைத் தொட்டு அம்மினி மூணு மணிக்கெல்லாம் எழுந்து தண்ணீர் சேந்தி தொட்டியை நிரப்பி விட்டு பாத்ரூமுக்குள் போய் அழுக்கைத் துவைத்து இருக்கிறாள். அதுக்குப் பின்னாடி எழுந்து வீட்டுக்குள்

வந்த சுந்தரம்பிள்ளை தொட்டியில் இருக்கும் தண்ணீரைப் பழைய அழுக்குத் தண்ணீர் என்று நினைத்து, தொட்டித் துளையை அடைத்திருந்த குச்சியைப் பிடுங்கி விட்டு, தேநீர் குடிக்க நாயர் கடைக்குச் சென்றிருக்கிறார். துணித் துவையலை முடித்துக்கொண்டு பாத்ரூமை விட்டு வெளியே வந்த அம்மினிக்கு, தான் இறைத்துச் சேர்த்து வைத்து விட்டுப் போன தண்ணீர் அனைத்தும் வீணாவது கண்டு, கோபம் மட்டு மீறிக்கொண்டு கிளம்பியது. அந்த நேரம் பார்த்து பிள்ளையும் திரும்பியிருக்கிறார்.

"தொட்டித் தண்ணியைப் பிடுங்கிவிட்டது ஆரு?"

"ஏன் நான்தான். பழைய தண்ணியாச்சே. புதுசா பிடிச்சு ஊத்தலாம்னு பிடுங்கிவிட்டேன்."

"இன்னா மப்பு இருந்தா, நான் புடிச்சி வைச்சிருந்த தண்ணியை நீ புடுங்கி விடுவே, கிழவா?"

"அடடா, அப்படியா? நீ புதுசா அடிச்சி வைச்சியாக்கும். எனக்குத் தெரியாதே. நான் புதுசா அடிச்சுக் கொடுத்திடறேன்"

"என்ன அக்குகுறும்பும்மா இது.? அவ்வவ்வவ்வா! என்கிட்ட வெளையாடறியா, கிழவா? என்னைப் பத்தி என்னான்னுதான் நினைச்சுக்கிட்டு இருக்கே. சின்னப் பொண்ணா நானு? என்ன கெட்ட நினைப்பு வச்சுக்கிட்டு இந்த மாதிரிப் பண்ணினே? அன்னைக்கு அப்படித்தான், அந்த ஆலை வேலைக்காரர் பெண்சாதிக்கு உடம்பு சரியில்லாம கிடக்கிறப்போ, கூடத் துணைக்கு நான் படுத்துக் கிடந்தா, எத்தனை வாட்டி அங்கே வந்து எட்டிப் பார்த்தே? எனக்கு இந்த தில்லுமுல்லு திருக்கூசு எதுக்குன்னு தெரியாதா? உனக்கு இன்னாதான் வேணும்? சொல்லித் தொலையேன்?"

சண்டையின் பாதியிலேயே, மூர்த்தி விழித்துக்கொண்டான். இருவரும், சாத்தியப்படும் அளவுக்குப் பிறர் தூக்கத்தைக் கெடுக்காமல் இருக்கும் பொருட்டு மிகவும் கீழ்க் குரலிலேயே பேசினார்கள். என்றாலும், மூர்த்திக்கு அது வெகு அருகாகக் கேட்டது. அவன் அறையை விட்டு வெளியில் வந்து, கிணற்றங்கரை அருகில் போய் நின்றான். இவனைப் பார்த்ததும் அம்மினி முத்தாய்ப்பு வைப்பவளாகச் சொன்னாள்.

"இதுவே கடைசியா இருக்கட்டும், கிழவா. நம்மகிட்டே உன் வேலையைக் காட்டாதே"

பிள்ளை, சிரித்துக்கொண்டே தண்ணீர் சேந்தித் தொட்டியில் விட்டுக்கொண்டிருந்தார். மூர்த்திக்கும் இது ஆச்சரியம் தரும்

சங்கதியாக இருக்கவில்லை. இந்த மூன்று மாதங்களில், இது போன்ற தகராறுகள், அவர்கள் இருவருக்கும் அடிக்கடி எழுந்தன. ஆனால், யாரும் அதை பெரிதாக எடுத்துக்கொள்ளவில்லை என்பதையும் அவன் கவனித்திருந்தான். எல்லா ஆறுகளும் கடலைச் சென்று சேர்வதுபோல, எல்லாச் சண்டையும், அம்மினி உடம்போடு முடிவடைவதுதான் ஆச்சரியம். அம்மினியைச் சுந்தரம்பிள்ளை பெண்டாள நேரம் பார்த்துக்கொண்டிருப்பது போலவே, அம்மினியின் பேச்சும், பாவனையும் இருக்கும். ஆனால், இந்த மக்கள், எதையும் உடம்போடு சேர்த்துப் பேசுகிறதால், இதைப் பெரிதாக எடுத்துக்கொள்ளவில்லை மூர்த்தி.

அம்மினி வாங்கும் சம்பளத்துக்கு வஞ்சகம் இல்லாமல் உழைத்தாள். ஒருமுறை கேட்டாள்.

“சாரு... உனக்கு என்னதான் வேலை? இராத்திரியும் பகலுமா கண்ணைக் கெடுத்துக்கிட்டு எழுதறே... இல்லேன்னா, படிக்கிறே. துட்டுக்கு இன்னா பண்றே... பெண்சாதி புள்ளைங்களை ஊருல விட்டுட்டு இங்க வந்து என்னாத்துக்கு லோல்படணும்? சுகமா ஊரில் இருக்கிறதை விட்டுட்டு?” என்றாள், உண்மையான கரிசனத்தோடு.

“நான் கதை எழுதறவன். பத்திரிகையில் எழுதுகிறேன். பத்திரிகைக்காரங்க காசு கொடுக்கிறாங்க. அதை வைச்சிக் காலத்தை ஒட்டறேன்.”

“பாவம்”

மூர்த்தி திடுக்கிட்டான்.

“என்ன பாவம்.”

“பார்த்தா படிச்சவராட்டம் தெரியுது. ஒரு ஆபீசில கெத்தா போய் குந்திக்கிட்டு மாசம் பிறந்தா சம்பளம் வாங்கறதை விட்டுட்டு இதென்ன பிழைப்பு?”

“நீதான் ஒரு நல்ல வேலையா வாங்கிக் கொடேன்.”

“இந்தக் கிழவிகிட்ட போய் விளையாடறியே சாரு.”

“கிழவியா, சும்மா சொல்லாதே. இன்னா இன்னைக்கெல்லாம் நாப்பது வயசு இருக்குமா உனக்கு?”

“அடி அம்மா” என்று ஒரேயடியாக வெட்கப்பட்டுக் கொண்டாள் அம்மினி.

“வார தையில, அம்பது ஆவப் போவுதாங்காட்டியும். என்னடான்னா, இந்தக் கிழம் என்னைச் சுத்தி வந்துகிட்டு

அழும்பு பண்ணிக்கிட்டு இருக்கு. கிழவனுக்குக் கொழுப்பைப் பாரேன். கொஞ்சம்கூட வெட்கம் இல்லாமே, என் முன்னாலே 'வீராப்பா' நின்னுக்கிட்டு, நாம தொடுப்பு வைச்சுக்கலாமான்னு கேக்குது சாரு, அந்தக் கிழம். வாயிலே ரெண்டு போட்டா இன்னா?"

"அம்மினி... நீ பேசறது சரின்னு எனக்குப் படலை. அவர் இன்னா தப்பா கேட்டுட்டாரு. அவரும் ஆதரவு இல்லாத ஒண்டி மனுசன். உனக்கும் துணை இல்லை. ஒருத்தருக்கு ஒருத்தர் துணையா இருக்கலாம்னு கேட்டிருக்காரு. இஷ்டம் இருந்தா சரின்னு சொல்லு. இல்லேன்னா விட்டுத் தள்ளு. ஆனால், பிள்ளைக் கேட்டது எப்படித் தப்பாவும்?"

திடுமென அம்மினி, அந்தக் குடியிருப்பின் சண்டிராணி மாதிரி இருந்த மனுசி, அழத்தொடங்கினாள். அவள் கையிலிருந்த துடைப்பம் நழுவி விழுந்தது. தேம்பித் தேம்பி அழுதாள். சட்டென்று அவளே தன்னைக் கட்டுப்படுத்திக்கொண்டு, வீட்டை விட்டு அகன்றாள்.

அன்று முழுக்க அறையிலேயே அடைபட்டுக் கிடந்தான் மூர்த்தி. நடக்க வேண்டும்போல இருந்தது. சட்டையை மாட்டிக்கொண்டு வெளியே வந்தான். கூண்டு மாதிரியான பெட்டியில் முடங்கிக்கொண்டு படுத்திருந்தார் சுந்தரம் பிள்ளை.

"பிள்ளை... உடம்புக்கு சுகமில்லையா, ஆளையே காணோம்"

"சும்மா... லேசா சளி இருமல். வெளியே புறப்பாடா ஐயா?"

"வாருமே... ஆரியபவன்வரை போய் வருவோம். நீரும் சூடா எதையாச்சும் சாப்பிடலாம்."

அவர் கூச்சத்துடன் அவனுடன் வந்தார். ஆளுக்கு நாலு இட்லி சாப்பிட்டார்கள். வெளியே வந்து சிகரெட்டைப் பற்ற வைத்துக்கொண்டான் மூர்த்தி.

கங்காதீசுவரர் கோயில் குளம். உட்கார்ந்து பேச ஏற்றது. அவர்கள் குளக்கரையில் படிக்கல்லில் வந்து அமர்ந்தார்கள். காற்று, வெகு சுகமாக, நுங்கு மாதிரி குளிர்ச்சியாக வீசிக்கொண்டிருந்தது.

பிள்ளை அடிக்கடி இருமிக்கொண்டிருந்தார். மூர்த்தி சொன்னான்:

"வயதான காலத்திலே ஆதரவு இல்லாமே இருக்கிறது ரொம்ப சிரமம். வேண்டியவங்க, சொந்தக்காரங்க யாரும் இல்லையா, பிள்ளை."

"இல்லீங்க... எனக்கு நான்தான்."

“ரொம்ப உடம்புக்கு வந்தா, சிரமமா இருக்குமே. நாங்கள் இருக்கிறோம். கவலைப்படாதீரும்”

“ரொம்ப வேண்டப்பட்டவங்களுக்குச் சிரமம் கொடுக்காமே, படுத்தோம், தூங்கிறோம்னு மரணம் வர்றது ரொம்ப உத்தமங்க... என் பிரார்த்தனையே அதுதான்.”

“பிள்ளை... அம்மினி உங்களுக்குத் துணையா இருந்தா ரொம்ப நல்லா இருக்கும் இல்லையா? அதுக்கு உங்களைப் புரிஞ்சுக்க முடியவில்லை”

அவர் சிரித்தார்.

“அம்மினி... உங்ககிட்ட ஏதாச்சும் சொல்லுச்சுங்களா?”

“ஏதோ சொல்லிக்கிட்டு இருந்துச்சு”

“நல்ல பொம்பளைங்க. அது கட்டிக்கிட்டவன் சரியில்லே...”

சற்று நேரம் அமைதியாக இருந்துவிட்டு அவர் சொன்னார்.

“மனுசங்களைச் சேர்த்துக்கிறதுக்கும், கூடி வாழறதுக்கும் மனசுல ஈரம் இருக்கணும் ஐயா. என்னவோ என்கிட்ட அது இல்லே. வத்திப் போயிடுச்சு...”

“என்னால ஒப்புக்க முடியாது. ஓடி ஓடி எல்லாருக்கும் உழைக்கிறீங்களே. ஈரம் இல்லாமலா?”

“நான் வாழறதுக்கு ஒரு நியாயம் வேணுமுங்களே, அதெல்லாம் எனக்காகத்தான்.”

அவர் இருமினார். குளிர் காற்று வீசத் தொடங்கிற்று. மழை வரும்போல் தெரிந்தது. அவர்கள் புறப்பட்டார்கள்.

இரவு பலத்த மழை பெய்தது. நள்ளிரவு வரைக்கும் படித்துக்கொண்டிருந்த மூர்த்தி உறங்கிப் போனான்.

பலமாக எழுந்த கசமுச குரல்கள் கேட்டு விழித்தான். நன்கு விடிந்திருந்தது. மழை இன்னும் பெய்துகொண்டிருந்தது. அம்மினியின் அலறல் பெரும் கூச்சலாகக் கேட்டது

“ஐயோ... போயிட்டியே கிழவா! எனக்கு சேலை போத்தி, கவுரதையாகொண்டு போயி புதைப்பேன்னு இருந்தேனே... இப்படி அனாதையா போயிட்டியே...” என்று அழுது புலம்பிக்கொண்டிருந்தாள் அம்மினி.

சுந்தரம்பிள்ளை கூண்டுக்குள்ளேயே மரணம் அடைந்திருந்தார். அன்று மாலையே பிள்ளை அடக்கம் செய்யப்பட்டார். வீட்டுக்கார அம்மாள் பெரும்பாலான செலவை ஏற்றுக்கொண்டாள். வீடு ஒன்றுக்கு இருபது ரூபாய் போட்டார்கள்.

மயானத்தில் இருந்து மூர்த்தியும், வீட்டுக்கார அம்மாள் மகன் சங்கரனும் பேசிக்கொண்டே திரும்பினார்கள். சங்கரன் சொல்லிக்கொண்டிருந்தான்.

“பெரிசா வாழ்ந்து கெட்டவர் சார் சுந்தரம்பிள்ளை. எங்கம்மா கல்யாணம், அவர் வீட்டிலே வைச்சுத்தான் நடந்துச்சாம். சூளையிலே அவ்வளவு பெரிய வீட்டுக்குச் சொந்தக்காரர். எல்லாம் எப்படியோ போச்சு. தனி ஆளாயிட்டாரு. எதையாவது யாருக்காவது கொடுத்துக்கிட்டே இருக்கணும். இருக்கும்போது கொடுத்தார். இல்லேன்னு ஆனதும், எதையாவது யாருக்கவாது செஞ்சுக்கிட்டே இருந்தார். இவ்வளவு பழகினாரே, எங்கள் வீட்டுல ஒருவேளைச் சாப்பாட்டுக்கு வந்து உட்கார்ந்து இருக்காரா மனுசன்? இல்லை. சாகிற வரைக்கும் இல்லை. அம்மினி அவருக்கு வாழ்க்கைப்படணும்னு பறந்தாள். சுத்தாத கோயில் இல்லை. வேண்டாத தெய்வம் இல்லை. அம்மாகூட பேசிப் பார்த்தாங்க. அனாதைக்கு அனாதை ஆதரவுன்னு அழுத்தமா மறுத்துட்டாரு. குந்தக் குடிசை இல்லாதவனுக்குப் பொண்டாட்டி ஒரு கேடான்னு சொல்லிட்டாரு... அனாதையா செத்துத் தொலைஞ்சாரு.”

மூர்த்திக்குப் பளபளவென்று வெளிச்சம் கிடைத்தது.

இரண்டு நாளைக்குப் பிறகு, பிள்ளை தன்னை அடைத்துக்கொண்டு வாழ்ந்த கூண்டை ஒழித்தார்கள். இரண்டு கைலிகள், இரண்டு சட்டைகள், இரண்டு துண்டுகள் கொண்ட மூட்டை தலையணைபோல அவர் பயன்படுத்தியது.

இரண்டு சின்னச் சின்ன முடிச்சுக்கள் அகப்பட்டன. ஒன்று இருநூறு ரூபாய் முடிச்சு. ‘இதை அந்திம செலவுக்கு வைத்துக் கொள்ளவும்’ என்று எழுதியிருந்தார் பிள்ளை.

சின்ன மூட்டையில், ஐநூறு ரூபாய்க்கு நோட்டுகளும் காசுகளும் இருந்தன. சின்னக் காகிதத் துண்டில் ‘இந்தப் பணம் அம்மினி அம்மாளுக்குச் சேர வேண்டும்’ என்று எழுதியிருந்தார்.

“நான் உன்னன்டை பணமா கேட்டேன், பணமா கேட்டேன்...” என்று தலையில் அடித்துக்கொண்டு அழுதாள் அம்மினி.

1993

ஆயுள்

நான் பேருந்துக்குள் ஏறி அமர்ந்த தருணம், வண்டியில் நாலைந்து பேர் இருந்தனர். டிரைவருக்கு இடக்கைப் பக்கமாய் இருந்த முதல் இருக்கையில் நான் இடம் பிடித்திருந்தேன். ஜன்னல் ஓர இருக்கை. பயணத்தைச் சந்தோஷமாக்கும் சாதனங்களில் தலையானது அது. எனக்கு நேரே பேருந்தின் கண்ணாடி வழியாகவும், இடப்புறமாகவும் ஓர் உலகம் வழிந்துகொண்டிருந்தது. ஒரு மாநிலத்தின் தலைநகர பேருந்து நிலையம் அது. அழுக்கு, குப்பை மற்றும் ஆபாசங்களின் கொள்ளிடமாக அது இருந்தது.

பேருந்து இப்போது பாதிக்கு மேலாக நிரம்பி இருந்தது.

இரு லாட்டரிச் சீட்டு பையன்கள் வண்டிக்குள் ஏறி சீட்டை வாங்கச் சொல்லி மன்றாடினர். ஐந்து லட்சம், ஒரு கோடி, இரண்டு கோடி என்கிற பெருந் தொகைகள் காற்றில் மிதந்தன. அப்போதுதான் அந்த மனுஷரைப் பார்த்தேன். சீட்டுப் பையன், தன் கையிலிருந்த லாட்டரிச் சீட்டைத் தவற விட்டாற்போல் அவர் மடியில் விழச் செய்து அவரை வாங்கிக்கொள்ளக் கெஞ்சினான். அந்த மனுஷர் சீட்டைக் கையில் எடுத்துப் பரிசீலித்தார்.

"வாங்கிக்குங்க. ஐயா, கூட்டுத் தொகை ஒன்பது வருது. நிச்சயம் பிரைஸ் அடிக்கும்"

"அடிக்காட்டி?"

"அதிர்ஷ்டம் இருக்கும்னா அடிக்குங்க?"

"அதிர்ஷ்டம் இல்லாடா கண்ணா, அது இஷ்டம். அதுக்கா இஷ்டம் இருந்தா, எதிர்பாராத நேரத்துல வர்றது. நமக்கு அந்த மச்சம் உடம்பு பூராவும் இல்லியேடா!"

பிரபஞ்சன் | 31

“வாங்கிக்குங்க சார்... விடிஞ்சா லட்சாதிபதி சார்... அல்லது கோடீஸ்வரர் ஆயிடுவீங்க சார்...”

இந்த இடத்தில் அவர் என்னைப் பார்த்தார்.

“கோடீஸ்வரனானா, பட்டுத் துணியால கோவணம் தச்சுக்கணும்னு ஆசை. ரொம்ப நாள் ஆசை. பலிக்குதான்னு பார்ப்போம்...”

பேருந்தில் இருந்த பெண்களில் இருவர், ஒருத்தி முகத்தைத் திருப்பிக்கொண்டும், ஒருத்தி வாயைப் பொத்திக்கொண்டும் சிரித்தனர். ‘ரொம்ப விவகாரமான ஆளா இருக்கிறாரே’ என்று எனக்குத் தோன்றியது. எனக்கு வலப்பக்கமாக அவர் அமர்ந்திருந்தார். தொளதொளத்த கதர்ச்சட்டையும் வேஷ்டியும், ஒடிசலாய், இறுகி கன்னங்கரேலென்று இருந்த அந்த உடம்புக்கு அந்தத் தொளதொளச் சட்டை, விநோதமாக இருந்தது. அப்பா சட்டையை குழந்தை போட்டுக்கொண்டாற்போல, தமாஷாகவும் இருந்தது. பளபளவென்று மின்னிய வழுக்கைத் தலை. பின் கழுத்துக்கு மேலாய் வட்டவடிவமாக, முளைத்திருந்த வெள்ளை முடி, சந்திர வட்டமாய்க் காட்சி அளித்தது. வளைத்தால் ஒடியுமோ என்று எண்ணத்தக்க கூரிய மூக்கு, எதையும் அலட்சியமாய்ப் பார்க்கிற மூடர்களை வாதத்தில் அடக்கி விடுகிற பண்டிதரின் பார்வை.

சட்டையை மேலே தூக்கி, இடுப்பில் கட்டியிருந்த கை அகல பெல்ட்டில் இருந்து ரூபாயை எடுத்தார்.

எண்ணிக்கொண்டே, “இன்னா தரணும்?” என்றார் பையனைப் பார்த்து.

“அஞ்சு ரூபா சார்...”

அந்தப் பெரியவர் சிரித்தார், என்னைப் பார்த்துச் சொன்னார்.

“ரூபா இப்பல்லாம் காசில்லாத கம்மனாட்டியாட்டம் சீரழியறதைப் பாத்தீங்களா தம்பி, அஞ்சு ரூபாங்கறது அந்தக் காலத்துல எவ்வளவு பெரிய தொகை? வீட்டுக் குடக்கூலியே ஒத்த ரூபாதான். வீடுன்னா, இப்ப நீங்கள்லாம் வாசம் பண்ணறீங்களே புறாக் கூண்டு, அதைச் சொல்லலை நான். நாலுகைத் தாழ்வாரம். தோட்டம் உள்ள வீடு. தோட்டத்தில் ஏழெட்டுத் தென்னை, நாரத்தை, வேற. தொட்டு எடுக்கலாம் மாதிரி, கையெட்டுகிற தூரத்துல கங்கா ஜலம் மாதிரி மதுரமா தண்ணி இருக்கிற கிணறு,

வழிப்போக்கற ஆளுக, விருந்தாளிக படுத்துப் புரள, ரஸ்தா மாதிரி விசாலமா திண்ணை. திண்ணைன்னா உங்களுக்கு அர்த்தம் விளங்குமோ என்னமோ, மனுஷா மனசுல ஈரம் இருந்த காலத்துல, திண்ணையோடத்தான் வீடு கட்டுவாங்க. வெயிலுல செத்த சனங்க, நிழலுக்கு ஒதுங்கும். வெளியூர் சனம் படுத்து நித்திரை பண்ணும். அப்படியாக்கொத்த வீட்டுக்குக் குடக்கூலியே ஒத்தை ரூபா. ராஜா தலை போட்ட வெள்ளிப்பணம். அழுத்தமான குண்டஞ்சி வேஷ்டி ஒண்ணரை ரூபா. ஒரு பணத்துக்கு, ஒரு பணம் என்கிறது ரெண்டணா– ரெண்டணாவுக்கு நாப்பத்தெட்டு எறா. எறான்னா இம்மாந்தண்டி என் கை அளவுக்கு இருக்கிற எறா. ரெண்டை வறுத்தா ஒருத்தன் தின்ன முடியாது. அஞ்சு ரூபாயை அலட்சியமாக கேக்கறான் இந்த வாண்டு."

டிரைவர் காக்கிச் சட்டையை மாட்டிக்கொண்டு, அவர் இருக்கையில் அமர்ந்து வண்டியைக் கிளப்பினார்.

"இரண்ணே, இன்னும் பத்து நிமிஷம் இருக்கே" என்றார் கண்டக்டர். ஆகவே டிரைவர் ஒரு சிகரெட்டை எடுத்துப் பற்ற வைத்துக்கொண்டார்.

கைலியும், முண்டா தெரியும் படியாகச் சுருட்டி விட்ட முழுக்கைச் சட்டையும், இளம் தாடியும்கொண்ட ஒருவர் வண்டிக்குள் ஏறி, 'ஆயிரம் வருஷம் கேரண்டி' சார்... டி. வி. மேலே அழகாக வைக்கலாம். டி. வி. இல்லாதவங்க ஷெல்ப்பிலே வைக்கலாம். அழகுக்காக சார்... ரசிப்புத் தன்மை இருக்கிறவங்க கேட்கலாம்? வெறும் இருபது ரூபாதான் சார்" என்றார். அவரது இரண்டு கைகளிலும் இரண்டு பொம்மை வீடுகள் இருந்தன. மரக்குச்சு, பனை ஓலை, காகித அட்டை, ஆகியவற்றால் செய்யப்பட்ட வீடுகள். பச்சை, சிவப்பு, நீலம் என்று அழுத்தமான வர்ணம் அடிக்கப்பட்டு இருந்தன. கலை நேர்த்திமிக்கவை என்று சொல்ல முடியாது. மூன்றாம் தரப்பண்டம்.

பெரியவர் அந்த பொம்மை வீடு ஒன்றைக் கையில் வாங்கிப் பரிசீலனை செய்துவிட்டு, வியாபாரியிடமே திரும்பத் தந்தார்.

"வாங்கிக்குங்க பெரியவரே. வீட்டுக்கு அழகு! பார்க்க லட்சணம்! விலையைப் பாருங்க. விலை பெரிசில்லே, கலை பெரிசு!"

இதற்குள் அந்த வியாபாரி பயணிகளின் மனசைக் கவர்ந்திருந்தான். என்ன பிரசாரம்? ரசிப்புத் தன்மை

வேண்டுமாமே, அவன் பண்டத்தை வாங்க விலை பெரிசில்லை, கலை பெரிசாமே! பெரியவர் அவன் பொம்மையை வாங்க வேண்டும் என்றுகூட பயணிகள் ஆசைப்பட்டார்கள்.

“பெரியவர் ‘வேணாம்’ என்றார் கறாராக.

வியாபாரி, “ஏன் வேணாம்கிறீங்கன்னு காரணத்தையாவது சொல்லுங்களேன்” என்று அடம் பிடித்த மாதிரி சொன்னான்.

“விளக்குமாத்துக்குச்சியில செஞ்ச பொம்மையை இருபது ரூபா கொடுத்து வாங்கினா, அது எத்தனை நாளைக்கு வரும்? தோ பாரு...” அவர் தன் பாக்கெட்டிலிருந்து ஒரு பேனாவை உருவி வெளியே எடுத்தார். கன்னங்கரேலென்று ஓட்டு மீசை மாதிரி அவர் கையில் துலங்கிற்று அந்தப் பேனா. சொருகுகிற இரும்பு, முனையில் குமிழ்ந்து, ஒரு வெள்ளை மிளகு மாதிரி மினுங்கியது.

“இது பேர் பிளாக்–பர்ட்! வெளிநாட்டுப் பேனா, இதை வாங்கி எத்தனை வருஷம் இருக்கும்? தோராயமா சொல்லு பார்ப்பம்”

“இன்னா ஒரு பத்து வருஷம்?”

“கூட இருபத்தைந்து சேர்த்துக்கோ. இன்னும் மழமழன்னு கண்ணாடி மேலே எழுதறது மாதிரி எழுதுது இது. என் பேரன் இதும்மேல ஒரு கண்ணு வச்சிக்கான். அவன் பிள்ளையும் இதுல எழுதப் போறான். அது அல்லவா, பொருளு! ஒண்ணை விலை கொடுத்து வாங்கறோம்னா, அஞ்சு பத்து முக்கியமில்லை நைனா. ஆயுசு முக்கியம், உழைப்பு முக்கியம்!”

பயணிகள் தங்கள் காவிப் பற்களைக் காட்டியபடி வியாபாரியின் முகத்தில் கவியும் ஏமாற்றச் சாயலை, தோத்துப் போன வெட்கத்தைத் துலாம்பரமாகப் பார்த்தார்கள். சாமான்யத்தில் அவன் தோல்வியை ஒப்புக் கொள்வதாக இல்லை.

“பெரியவர்களே... குழந்தை ஆசைப்பட்டா நாலணா கிளு கிளுப்பை வாங்கித் தர்றது இல்லிங்களா? கிளுகிளுப்பை ஆயுசு ஒரு நாளோ, ஒண்ணரை நாளோ நமக்குத் தெரியாதுங்களா? தெரிஞ்சுதானே வாங்கித் தர்றோம், அதும் ஆயுசைப் பார்க்கறமா, நாம?”

டிரைவர் திரும்பி பெரியவரின் முகத்தைப் பார்த்தார். அவர் சொல்லப் போகும் பதிலைக் கேட்டுத்தான் பஸ்ஸை எடுப்பதாக,

அவர் தீர்மானம் செய்திருக்க வேண்டும் என்பதாய் இருந்தது அவர் பார்வை.

“கூழாங்கல்லிலே ஆணி அடிச்சுப் பார்க்கிறே” என்றவர், தம் கைப் பையிலிருந்து வெற்றிலைச் செல்லத்தை எடுத்து மடியில் வைத்து நோகாமல் திறந்து, ஓர் ஓலைப்பாக்கை எடுத்து வாயில் அடக்கிக்கொண்டார்.

“கிளுகிளுப்பை ஆண்டு வரும்னு எந்த மடையனும் நினைக்க மாட்டான். உடைக்கிறதுக்குத்தானே அதையே வாங்கறது? கொழந்தை அதைத் தொலைக்கும், ஒடைக்கும், கண்ணைக் கசக்கி விட்டு, உதட்டை பிதுக்கிட்டு நிக்கும்... அப்படி நிக்கிறதைப் பார்க்கிறதுல ஒரு சந்தோஷம். அதுக்காகத்தான் நாலணா செலவழிக்கிறது. வேபாரி... ரம்பை, ஊர்வசி மாதிரித் தேடித் தேடிப் பொண்ணு கட்டறோம். சுண்டினா ரத்தம் கசியற சேப்பு. கழுத்துப் பச்சை நரம்பு காணத் தெரியற நெறம். வெல்வெட்டு நகைப் பொட்டி மாதிரி பிரமை சிந்தற பொண்ணுன்னே வச்சுக்கோ, அவளை ஆளாமே இருந்துடுவோமா? பிரசவத்துல வலிக்குமேன்னு புள்ளைப் பெத்துக்காம இருக்கறமா, என்ன சிலதைத் தெரிந்தேதான் பண்றோம்.”

பெரியவரின் வாய்ச்சாலகம் அந்த வியாபாரியை விழுங்கி விட்டது போலும். அவன் இறங்கிக்கொண்டான்.

பஸ், இப்போது நிரம்பி இருந்தது. பெரியவரின் பேச்சைக் கேட்டுக்கொண்டு முன் பக்கத்தில் அமர்ந்திருந்த பயணிகள் மத்தியில் சற்றேறக்குறைய ஒரு ‘ஹீரோ’ மாதிரியான தோற்றத்தைக் கொண்டுவிட்டிருந்தார் பெரியவர். டிரைவர், பஸ்ஸை இயக்கி, ஜனம் நிறைந்த பகுதிகளைப் பின் தள்ளி, தெருவுக்குக்கொண்டு வந்தார். பயணிகள் தங்கள் கருத்தைத் தெருவுக்குச் செலுத்தி வேடிக்கை பார்ப்பதில் ஈடுபட்டிருந்தனர். எனக்குப் பெரியவருடன் பேச இஷ்டமாக இருந்தது. போன தலைமுறை மனிதர்களிடம், சொல்ல நிறையவே விஷயங்கள் இருந்தன. தம் அனுபவங்களைச் சுவாரஸ்யமாகச் சொல்லும் திறமையும் வாசாலகமும் ஒருவருக்கு இருக்கிறதைத் தெரிந்த பிறகும், பேசாமல் இருப்பது சரியாகாதே. இந்த நேரத்தில் பெரியவர் ஒரு காரியம் செய்தார். என் பக்கத்தில் இருந்து உறங்குவதற்கென்றே டிக்கெட் வாங்கியவர் போன்று அதைச் செய்துகொண்டிருந்தவரை தொடையில் தட்டி எழுப்பித் தன் இடத்தில் அமரச் சொன்னார். அந்த மனிதரும் பணிவான மாணவரைப்போல, பெரியவரின் இடத்தில் அமர்ந்து உறக்கத்தைத் தொடர்ந்தார்.

பெரியவர் என் பக்கத்தில் அமர்ந்து வெற்றிலை போட்டுக்கொண்டார். "புச்சேரிக்கா?" என்றார். "ஆம்" என்றேன் நான்.

"எனக்கும் பூர்வீகம் அந்தப் பக்கந்தான்."

"அப்படியா? எங்கே, எந்த ஊருங்க?"

பெரியவர் கடல் ஓர கிராமம் ஒன்றின் பெயரைச் சொன்னார்.

"அந்த ஊரைப் பார்த்திருக்கேன். அழகான ஊரு. ஊரைச் சுற்றி சவுக்குத் தோப்பு, குழந்தைகளுக்குக் கொலுசு போட்டது மாதிரி. ஊரை வளைச்சுக்கிட்டு சவுக்க மரம், கடல் மண்திட்டு, பட்டாணிக் கடையில் பொரி குவிச்சு வச்சிருக்கிற மாதிரி இருக்கும்."

"சவாஸ்... நல்லா சொல்லிட்டீங்க. ஆனா நான் அதை விட்டு ஆச்சு அம்பது வருஷம்"

"உத்தியோகம் பண்றாப்பலயா?"

நான் செய்துகொண்டிருந்த வேலையைச் சொன்னேன்.

"உத்தியோகம் ஸ்திரமானதுதானே? ஆயுள் வரைக்கும் பண்ணலாமோ."

"இல்லை. என் எஜமானர் என்னை விரும்புகிற வரைக்கும்!"

"அது என்ன அப்படி?"

"அது அப்படித்தான். எதுதான் ஸ்திரம்? இன்னிக்கு நான் நல்ல வேலைக்காரன்னு அவருக்குத் தோணுது. நாளைக்கே அது இல்லைன்னு படலாம். விலகிட வேண்டியதுதானே? என் போக்கு அப்படித்தான். செய்துக்கிட்டிருக்கிற வேலை எனக்கே பிடிக்காமல் போவும். கால் கடுதாசை கொடுத்து விட்டு, வண்டி ஏறிவிடுவேன்."

பெரியவர் என்னை முழுமையாகப் பார்த்தார்.

"சித்தன் போக்கு சிவம் போக்குன்னு இருப்பீங்களாக்கும்!"

"அதுதான்!"

"ரொம்பச் சங்கடப்பட வேண்டியிருக்குமே"

"எதுக்கும் ஒரு விலை கொடுக்கத்தானே வேண்டியிருக்கு. எனக்குப் பிடிச்ச மாதிரி நான் இருக்கணும்னா, இந்த விலை."

வெற்றிலைச் சாறு நிரம்பிய, உப்பிய கன்னங்களுடன் அவர் என்னைப் பார்த்து கண்களால் சிரித்தார். என் முன்னங்கைகளைத் தட்டினார் செல்லமாக. சாறு வழிந்து விடாமல் தலையை

முகட்டுக்கு நிமிர்த்தி, "என்னை மாதிரி இருக்கீங்களே" என்றார். இது பாராட்டா, குற்றச்சாட்டா என்று விளங்காமல்தான் இருந்தது.

மரக்காணத்தை நெருங்கிக்கொண்டிருந்தோம். சவுக்கு மரங்கள், தங்கள் ஒட்டடைத் தலையால் சிலேட்டை அழிப்பதுபோல் வானத்தைத் தேய்த்துக்கொண்டிருந்தன. கோடு போட்டாற்போல வரிசை பிறழாது நின்றன மரங்கள். ஓர் ஆள் தாராளமாக கை உரசாமல் இடையில் புகுந்து நடந்து வரலாம் போன்று இடம் விட்டு நட்டு வைக்கப்பட்டிருந்தன அந்த மரங்கள்.

"அப்பா சவுக்குத் தோப்பு வச்சிருந்தார். பெரிய தோப்பு. நெல்லு பயிறுதான் வச்சிருந்தார். சின்ன வயசுலே, அப்பாவுக்கு களத்து மேட்டுலே சோறுகொண்டு போயிக் கொடுக்கணும் நான். அப்பா களத்துல இறங்கி வேலை பண்றவர். சும்மா கார்வார் பண்றவர் இல்லை. நாற்பத்திரண்டு வயசுல பகவான் அவரை அழைச்சுக்கிட்டார். சாகிறதுக்கு முதல் நாள்கூட, டவுனுக்குப் போயி உரம் வாங்கி வந்தாருன்னா பாருங்களேன். என்னவோ தோணிச்சுன்னு நெல்லு வெறுத்துப் போயி சவுக்கு நட்டார். என்கூடவே வளர்ந்த சவுக்கு கன்னு, எனக்கு நல்லா இருக்கு. என் இடுப்புக்குச் சரியா, நடையில இருந்த கன்னு வளர்ந்து பெரிசா, என் தலைக்கு மேல போனதை, கிடுகிடுன்னு வானத்துக்கு உசந்ததை நான் பார்த்துக்கிட்டு இருந்தேன். அந்தி சாயற நேரத்துல தோப்புக்குள்ளாற நீங்க இருந்திருக்கீங்களா? ஒரு ஆயிரம் பேரு சொல்லி வச்சுக்கிட்டு சீழ்க்கை அடிக்கிற மாதிரி, அப்படி வயித்தைப் பிசையற மாதிரி, ஒரு சத்தம். மதியமானா, ஆயிரம் யானை கட்டற சங்கிலிகளை ஒண்ணா சேர்த்துக் குலுக்கிற மாதிரி, 'ஓய்ஸ் ஓய்ஸ்'னு ஒரு சத்தம். நாங்க அதை சங்கிலிக் கருப்புசாமி உலாவப் பொறபட்டிருக்குன்னு சொல்லுவோம்."

நான் திரும்பி அந்தச் சவுக்கு மரங்களைப் பார்த்தேன். பேயாய்க் குலுக்கப்படுவது மாதிரி அவற்றின் தலைகள் அதிர்ந்து துடித்தன. ஆவேசம் கொண்டு தலையைச் சுழற்றி ஆடின.

"மனுஷனுக்குப் பயம்னு ஒண்ணு இருக்கில்லையா? அதைத்தான் கருப்பு, சுடலை, பேய், பிசாசு, பூதம்னு ஏற்படுத்தி வச்சுருக்கு. ஆனா, பேயும், பிசாசும் மரத்திலேயும் பாழ் வீட்லயும்தான் இருக்கா? மனுஷன் கிட்டேதான் இருக்கு. எனக்கு அச்சுதப்பனைப் பார்க்கிறபோதெல்லாம் சங்கிலிக் கருப்புன்னே

தோணும். அச்சுதப்பன் யாருன்னு கேக்கலிய! எங்க வீட்டுல கார்வார் பண்ணிக்கிட்டு இருந்தவர். இத்தனைக்கும் எங்க வீட்டுத் திண்ணையிலே படுத்துத் தூங்கி, பம்ப் செட்டுலே குளிச்சு, அங்கயே துணி மாத்தி, ஒண்டிக் கட்டையா வாழ்ந்தவர். கல்யாணம் பண்ணிக்கிடலை. பந்தியிலே என்னோடத்தான் உக்கார்ந்து சாப்பிடுவார். எனக்கு ஏவல் பண்ணுவார். ஆனாலும் எனக்கு அவரைக் கண்டாலும் பயம், இத்தனைக்கும் பரமசாது. ஆறரை அடி உயர மனுஷர் அகலமான தோள், பக்கத்துக்கு ஒண்ணா, ஒரு தாரு வாழைக் குலையை வைக்கலாம் மாதிரி தோளு. தும்பிக்கை மாதிரி இறங்கின கையி. ஒரு சாண் அங்குசத்துக்கு, அம்மாம் பெரிய யானை அடங்கலியோ, அது மாதிரி அப்பாவுக்குக் கட்டுப்பட்டவர் அந்த அச்சுதப்பன். அப்பா அற்பாயுசுல போனஅப்புறமும் அவர்தான் வீட்டுக் காரியங்களைக் கவனிச்சுக்கிட்டு இருந்தார். நான் சின்னப் பையன்தானே...”

பெரியவர் வெற்றிலை போட்டுக்கொண்டார். அச்சுதப்பன் அனுபவிப்பார் மாதிரி கண்களைச் சற்றே மூடிக்கொண்டிருந்து விட்டுத் தன் இடது கை மோதிர விரலைக் காட்டிச் சொன்னார். அவர் விரலில் ஒரு பழைய தேய்ந்து போன மோதிரம் போட்டிருந்தார்.

“அப்பா போன பின்னால, முதல் சவுக்கு வெட்டுல இந்த மோதிரம் பண்ணியது. ரொம்பப் பெரிசா பண்ணினது. அந்த காலத்துல என் விரலுக்கு ரொம்பப் பெரிசு. அதனால, ‘நான் போட்டுக்கிட்டு இருந்து அப்புறமா உனக்குத் தரேன்’னு அம்மா சொல்லுச்சு. கொஞ்சம் வளர்ந்த பின்னால, எனக்கு நல்லா ஞாபகம் இருக்கு. ஒரு வெள்ளிக்கிழமை அச்சுதப்பன் மோதிரத்துல நூலைக் கட்டி என் விரல்லே மாட்டினாரு... எனக்கு அது பிடிக்கல்லே. அம்மா அதைச் செய்திருந்தா சந்தோஷப்பட்டிருப்பேன். ஏதோ ஒண்ணு துண்டிச்சு போறாப்போலே, மடிப்பணம் தொலைஞ்சு போனாப்போலே மனசுக்குள்ளே ஒரு வைராக்யம் விழுந்திச்சு...”

வண்டி, இரை விழுங்கின பாம்பைப்போல நிதானமாக ஊர்ந்து கொண்டிருந்தது.

“உன் ஆயுசுக்கும் இந்த மோதிரத்தை விரலை விட்டுக் கழட்டக்கூடாதுன்னு அம்மா சொல்லுச்சு. இதை நீ போட்டிருக்கணும்னு நான் சொன்னேன். நான் போட்டா என்ன, அவர் போட்டா என்னன்னு அம்மா சொல்லுச்சு. எனக்கு அம்மா

சொன்ன அந்த பாங்கு, பிடிக்கலை. பட்டுன்னு தோணுச்சு. விட்டுக் கிளம்பிட்டேன்.”

“எங்கே?”

“வீட்டை விட்டுத்தான். அப்போ எனக்கு விவரம் தெரிஞ்சு வயசு பதிமூணு, பதிநாலு இருக்கும்.”

“ரொம்ப கஷ்டப்பட வேண்டி இருக்குமே” என்று மட்டும்தான் என்னால் சொல்ல முடிந்தது.

“அப்படித்தான் ஆச்சு. ஆனா, கிணத்துல இருந்து கடல்லே தூக்கிப் போட்ட மாதிரி ஒரு ஆச்சரியம். ஆச்சரியத்துலேயே கொஞ்ச காலம் போச்சு. அப்புறம் வாழ பழகியாச்சு. எப்படியோ நானும் மனுசனாயிட்டேன்.”

“தாயாரை எப்போ பாத்தீங்க, அப்புறம்?”

“பார்க்கவே இல்லை. ஏதோ ஒரு வைராக்கியம் எனக்குக் கல்யாணம் ஆகி, இரண்டு மூணு குழந்தைங்க ஆனப்புறம்தான் அம்மா காலமாச்சு. தகவல், ரொம்ப தாமதமா வந்துச்சு. அம்மாவுக்குன்னு தலை முழுகினேன். வேறே என்ன பண்ண?

“அச்சுதப்பா என்ன ஆனார்.?”

“அம்மாவுக்கு ரொம்ப முன்னால, அவரும் போய்ச் சேர்ந்துட்டார். வரப்புல நடந்து வர்றையில ஏதோ சுருக்குன்னு காலில் ஏறிச்சாம். கடியோ, முள்ளோ? கால் வீங்கி, ஜன்னி வச்சு, போயிட்டார் பாவம்”

“பிறந்த ஊரு வேர் அத்துப் போச்சு.”

“இல்லே எப்படி அறும்? எங்க அப்பாவும், தாத்தாவும் பிறந்து வளர்ந்த மண்ணு. அவங்க வச்சு பயிராக்கின மரங்கள் இன்னும் இருக்கே. அப்பா கைப்பட பிசஞ்சு பூசின காரை பெயராமே வீடு இன்னும் அரண்மனை மாதிரி இருக்கே. எங்க அப்பாவும் மூதாதைகளும் விட்ட மூச்சு அங்கேயே சுத்திக்கிட்டு இருக்கே? வேர் எப்படி அத்துப் போயிடும்?”

வண்டி காலாப்பேட்டையை நெருங்கிச் சிலரை இறக்கிவிட்டு, பெரும்பாலும் காலியாயிற்று.

“வீட்டுல இப்போ யாரு இருக்காங்க பெரியவரே.”

"அச்சுதப்பா தம்பி இருந்தாம் போலே, அவனும் வேற இடத்துல வீடு கட்டிக் குடிபோறானாம். வீட்டை ஒப்புத்துக்கிடுங்கன்னு போன வாரம்தான் வந்துச் சொல்லிட்டுப் போனான்"

"ஒப்புக்கிட்டாச்சா?"

"இல்லே, அடுத்த வாரம்தான் போகணும். தை பூசத்துக்கு முதல் நாள்தான் அப்பா செத்தாங்க. அன்னைக்குப் போயி விளக்கேத்தி வக்கலாம்னு இருக்கேன். ஆயுளை அங்கயே கழிக்கணும்னு ஆசை."

"உங்க முகவரி கொடுங்கோ. அந்தப் பக்கம் வர்றச்சே வந்து பார்க்கிறேன்."

"பேஷா"

இவர் தன் சொந்த வீட்டு முகரியை எழுதிக் கொடுத்தார்.

"பஸ் ஸ்டாப்புலே இறங்கி, நம்ம பேரைச் சொல்லி வீடு எதுன்னு கேளுங்க. பொறந்த குழந்தையும் வழிகாட்டும். பரம்பரை வீடாச்சே."

என் ஊர் வந்ததும், நான் இறங்க வேண்டி இருந்தது.

"வண்டி கால் மணி நிற்கும். வாங்களேன், ஒரு காபி சாப்பிடலாம்."

அவர் வெற்றிலைச் செல்லத்தோடு எழுந்தார். நான் முதலில் இறங்கினேன். அவர் இரண்டாம் படியில் இருக்கையில், யாரோ ஒரு அவசரப் பயணி அவரை ஒதுக்கிக்கொண்டு இறங்கவே, அவர் வேட்டி சிக்கித் தடுக்கியது போலும். பெருஞ்சத்தததுடன் கீழே விழுந்தார். அவர் தலை, கொட்டகை இரும்புத் தூணில் மோதியதைக் கேட்க முடிந்தது.

என்ன நடந்தது என்று நான் அனுமானிக்க முடியாது அதிர்ச்சியில் இருந்தேன். கூட்டம் எங்களைச் சுற்றி வளைத்தது. யாரோ அவர் நாடியைப் பிடித்துப் பார்த்து மூக்கிலும் கையை வைத்துப் பார்த்து, உதட்டைப் பிதுக்கியது தெரிந்தது.

1992

இதுதான் அது

அனு இடிஇடிக்கும் சத்தம் கேட்டு விழித்துக் கொண்டாள்.

அவளுக்கு ஆச்சர்யம், எப்போது ஆரம்பித்தது இந்த மழை! அவள் கணக்கு வீட்டுப் பாடத்தை முடித்துக்கொண்டு படுக்கும்போதுவரை மழை இல்லை. அப்புறம் திருட்டுத் தனமாகப் பெய்யத் தொடங்கியிருக்கும் போலும். மெதுவாக எழுந்து ஜன்னல் ஓரமாய்ப் போய் நின்று வெளியே பார்த்தாள். கொடி முல்லைச் செடி மழையில் நனைந்து கொண்டிருந்தது. காற்றில் அதன் கைகள் அசைந்து ஆடின.

அவள் வளர்க்கிற அந்த மல்லிகைச் செடி குளித்துக் கொண்டு இருக்கிறது. விட்டுவிட்டு இடி சீராக இடித்துக் கொண்டிருந்தது.

மீண்டும் வந்து படுக்கையில் படுத்துக் கொண்டாள். சற்று தூரத்தில், அவளுக்குத் துணையாக அத்தை படுத்துக்கொண்டிருந்தாள். அத்தை படுத்ததும் உறங்கி விடுவாள். மீண்டும் காலையில் காபி போடத்தான் கண் விழிப்பாள். அடுத்த அறையில் அம்மாவும் அப்பாவும் உறங்கிக் கொண்டிருப்பார்கள். மழை சடசடவென்று தொடர்ந்து பெய்துகொண்டேயிருக்கும் ஓசை மட்டும் கேட்டுக்கொண்டேயிருந்தது.

அவளோட முல்லைச் செடி குளித்துக்கொண்டே இருப்பதாக அனு நினைத்தாள். இத்தனை நாழிகை குளித்தால் உடம்புக்கு என்ன ஆவது? சளி பிடித்துக் கொள்ளும் என்று அம்மா சொல்வாள்.

முல்லைச் செடிக்கு, சளி பிடுக்குமா? பிடித்தால் அது தும்முமா? தொண்டையிலிருந்து அவளுக்குப் போன மழைக் காலத்தில் வந்ததுபோல அரிசி மாதிரி, சளி செடிக்கும் வெளிப்படுமா? வந்தது என்றால் எப்படித் தைலம் தேய்ப்பது? எந்த இடத்தில் தேய்ப்பது?

யோசித்துக்கொண்டு தூங்கிப் போனவள் திடுக்கிட்டு எழுந்தபோது, வெளியே சுவருக்கு வெள்ளையடித்தது மாதிரி, வெளிச்சம் பரவியிருந்தது. போர்வையை உதறிவிட்டு எழுந்து வெளியே ஓடியவள், நேராக செடியண்டை வந்துதான் நின்றாள். செடி இரவு குளித்த மலர்ச்சியில், புத்தம் புதுப் பொலிவோடு, எண்ணெய் தேய்த்துக்கொண்டு நிற்பது மாதிரி மினுமினுக்கியது. ஏழெட்டு பூக்கள் வேறு ரகசியமாய் எட்டிப் பார்த்தன. பூக்களை மட்டும் செடிக்கு வலிக்காமல் கிள்ளிக்கொண்டு அம்மாவிடம் ஓடி வந்து நின்றாள். அம்மா சின்னச் சின்ன தோசை மாதிரி இட்லிகளை குக்கரில் இருந்து இறக்கிக்கொண்டிருந்தாள்.

"அனு... இன்னும் நீ ரெடி ஆகலையா?"

அனு, கைகளை விரித்து அவள் முகத்துக்கு முன் பிடித்தாள். அம்மா முகம் பூக்கள் குடி ஏறியதுபோல், மலர்ந்தது. அவற்றில் இரண்டை எடுத்துத் தலையில் சொருகிக்கொண்டாள்.

"அத்தை... நம்ப அனு கை ராசி தெரியுமோ! அவதான் அந்தக் கொடியை நட்டது. ரொம்ப சீக்கிரம் பூத்துடுச்சி" என்று அம்மா அத்தையைப் பார்த்துச் சொன்னாள்.

"அம்மா..."

"என்ன கண்ணு."

"முல்லைச் செடிக்கு சளி பிடிக்குமா?"

"என்ன, என்ன கேட்டே?"

"செடிக்குச் சளி பிடிக்குமா?"

"பிடிக்காது ஏன்?"

"நேத்து ராத்திரி பூராவும் அது மழையில குளிச்சுதே"

அம்மா சிரித்தாள், அத்தையும்கூட... சிரிக்க என்ன இருக்கிறது? இந்த பெரியவர்களே, இப்படித்தான்.

"அம்மா..."

"என்னடா கண்ணா?"

“வானத்திலிருந்து ஒரு நட்சத்திரம் காணாமே போயிருக்குமா?”

“என்னத்துக்குக் காணாமே போகணும்.”

“அதான் எட்டு பூ செடியிலே வந்துடுச்சே.”

அம்மா மீண்டும் சிரித்தாள். அப்புறம் சொன்னாள்.

“பள்ளிக்கூடத்துக்கு நேரம் ஆகாதா, கண்ணா? சீக்கிரம் குளிச்சிட்டு வா. அத்தை கொஞ்சம் கவனியுங்களேன்”

அத்தை அனுவின் கையைப் பிடித்து இழுத்துக்கொண்டு குளியல் அறைக்குள் சென்றாள்.

அனு, நாலாம் வகுப்பு ‘சி’ படிப்பதாகச் சொல்வாள். அவளுக்கு பிரண்டுகள் யார் என்று கேட்டால், மூன்று பேரைச் சொல்வாள். ஒருவர் தமிழ் டீச்சர் வேதவல்லி மிஸ், அப்புறம் அவளுக்குப் பக்கத்தில் உட்கார்ந்திருக்கும் கே. அம்சா, அப்புறம் தோட்டத்தில் முல்லைக் கொடி. பள்ளிக்கூடம் விட்டதும், நேராக அவள் தோட்டத்துக்கு ஓடுவாள். அங்கு முல்லை, அவளுக்காகக் காத்திருக்கும். இடுப்பு வரைக்கும் வளர்ந்த கொடி, செடியா, கொடியா? அவளுக்கு அது குழப்பமான விஷயம். மண்ணில் முளைத்துச் சின்னதாய் இருந்தால் அது செடி. தடியாய் பெரிசாய் இருந்தால் அது மரம். எவ்வளவு தெளிவு? அப்படிப் புரிந்து கொள்வது சுலபமாக இருக்கிறது.

காலையில் முகம் கழுவும்போது கொஞ்சம், மாலையில் கொஞ்சம் என்று செடிக்குத் தண்ணீர் விடுவது அவள் கடமை. அவள் அதை ஒழுங்காகச் செய்தாள். அவள் அதனுடன் அடிக்கடிப் பேசுவாள். அதுக்கு வாய்ப்பாடு தெரியும். அதுவும் அவளைப்போல நாளுக்கு நாள் வளரும். என்ன கஷ்டம் அதுக்கு? அம்மா பக்கத்தில் இல்லை, அது ஒன்றுதான். அதன் வீடு அந்தத் தோட்டம்தான். உண்மையில், அதன் தோட்டத்துக்குள்தான் அவர்கள் குடியிருக்கிறார்கள்.

அப்பாவுக்கு ராமு மாமா சினேகிதர், தடிமன் கண்ணாடி போட்டிருப்பார். எப்போதும் கையில் புத்தகம் வைத்திருப்பார். அவர் ஒரு முறை அனுவிடம் சொன்னார்.

“செடி வளர்க்கறியாமே”

“ஆமா மாமா”

“என்னத்துக்கு செடி வளர்க்கறே?”

அனுவுக்குக் காரணம் விளங்கவில்லை. செடி வளர்ப்பது சந்தோஷமாக இருக்கு, பிடித்திருக்கிறது.

அவர் சிரித்து விட்டுச் சொன்னார்.

"அனு எதையாவது வளர்த்துக்கிட்டு இருக்கிறது நல்லது. நாம் வளர்றோம், என்கிறதுக்கு அதுதான் அடையாளம்"

அப்புறம் அந்த மாமா மிகவும் யோசித்துவிட்டுச் சொன்னார்:

"உண்மையில் செடி, கொடி, மரம் எல்லாம் மனுஷனுக்கு முன்னால் தோன்றியவை அல்லவா? மனித குலத்தின் மூத்த சகோதரர்"

ராமு மாமா இப்படித்தான் யாருக்கும் விளங்காமல் பேசுவார்.

அனுவுக்கு நினைக்க நினைக்க ஆச்சர்யமாய் இருந்தது. பூவுக்குள் மணம் எங்கிருந்து வந்தது? வெறும் தண்ணீரைத்தானே அவள் ஊற்றுகிறாள். இரவுகளில் ஒளிந்து ஒளிந்து வந்து, அந்த வெள்ளைப் பூவில் சென்ட் தெளித்து விட்டுப் போகிறவர் யார்? கடவுளா? அவர் எப்படியிருப்பார்? அம்சா வீட்டில்கூட ஒரு ரோஜாச் செடி உண்டே! அதுக்கு வாசனை போடுவதும் கடவுள் தானா? பாவம், கடவுளுக்குத்தான் எத்தனை வேலை? இரவு முழுக்கத் தூக்கம் பிடிக்காத வேலை. அனுவுக்கு கடவுள் மேல் இரக்கமாக இருந்தது.

சரித்திரப் புத்தகத்தில் சாய்ந்த கோபுரத்தை உலகத்து அதிசயம் என்று போடப்பட்டிருந்தது. அப்புறம் கல்லறைத் கட்டடம் ஒன்றும்கூட அதிசயமாம். ஏன் பூவை அதிசயம் என்று போடவில்லை. தமிழ் டீச்சரிடம் அவள் கேட்க முடியும். ஏனெனில் அந்த மிஸ்தான் அவள் 'பிரண்ட்' கேட்டாள். அந்த மிஸ் குனிந்து அனுவின் கன்னத்தில் முத்தமிட்டாள். ஏனோ அந்த மிஸ் அழுதாள். அவள் பூவோ பொட்டோ வைத்துக்கொண்டு பள்ளிக்கு வருவதில்லை. வேதவல்லி டீச்சர் குடியிருக்கும் பகுதியில், பூவே கிடைப்பதில்லை போலும்!

அப்பாவும் அம்மாவும் ஏதோ முக்கியமான விஷயங்கள் குறித்துப் பேசிக்கொண்டிருந்தார்கள். அப்பா அலுவலகத்துக்குப் பக்கத்திலேயே, ஒரு வீடு பார்த்திருந்தார்.

அம்மா அலுத்துக்கொண்டு சொன்னாள்.

"அந்த அத்துவானக் காட்டில் யார் குடியிருப்பது? இந்தப் பக்கம் அந்த பக்கம் பத்து மைலுக்கு ஒரு மனுஷ ஜீவன் இருக்கா? ஒரு கடைத்தெரு சினிமா தியேட்டர் இருக்கா? அதோடு எங்க அம்மா வந்து போகச் சிரமம். பஸ் வசதி சுத்தமாக இல்லை. அந்தத் திருடன் வாழ்கிற பொட்டல் பிரதேசத்துக்கு எவள் வருவாள்?"

"ஊருக்குக் கொஞ்சம் தூரம்தான். ஆனால், அங்கும் குடியிருப்பு வரத்தானே போகிறது. ஆபீசில் கொடுத்திருக்கிற குவார்ட்டர்ஸ் மலிவு வாடகை. நான்தான் உன்கூடவே இருக்கப் போகிறேனே, அப்புறம் எதற்குப் பயம்? சாரதா, அங்கே போய்விட்டால், ஒரு நாளைக்கு இருபது மைல் பயணம் மிச்சம், அலுப்பு மிச்சம், பணம் மிச்சம். எவ்வளவு சௌகர்யம்.?"

அவரவர்க்கு அவரவர் கவலை.

"அம்மா" என்று அழைத்தாள் அனு.

"என்னடி"

"நாம வீடு மாறப் போறமா?"

"உங்க அப்பா அப்படித்தான் சொல்றார்"

"அப்படீன்னா செடியை என்ன பண்ணட்டும்?"

"அசடு, போய் விளையாடு. இல்லேன்னா படி."

அனு, நேராக செடியின் முன் போய் நின்றாள். இடுப்புக் குழந்தை மாதிரி அழகாகச் சிரித்தது அது.

"நான் போகப் போறேனே. நாங்க வீடு மாறப் போறோம்."

"..."

"நீ மட்டும் இங்க தனியா இருப்பியா? பயம்மா இருக்காதா உனக்கு?"

"..."

"நான் போய்ட்டா உனக்கு யார் தண்ணீர் ஊற்றுவா? உனக்குப் பசிக்குமே... உனக்கு வாய் இல்லையே..." அனுவுக்கு அழுகை வந்தது.

அன்று இரவு அம்மா, தான் உறங்கப் போகும் முன் அனுவுக்குப் போர்த்திவிட அந்த அறைக்கு வந்தாள். போர்த்தி விட்டவள், அவள் கண்களில் இருந்து வழிந்த கண்ணீர் காய்ந்து கோடிட்டு இருப்பதைப் பார்த்தாள்.

ஒரு லாரியில் அவர்கள் உடைமை ஏறிற்று. பழைய விளக்கு மாரையும் அம்மா மறக்காமல் எடுத்து லாரியில் போட்டாள். அம்மா காலிடப்பா, காலி பேரக்ஸ் டின்கள், எதையும் குப்பையில் போடுவதில்லை. காலி பால்பாயின்ட் பேனாக்கள், காலி பவுடர் டப்பாக்களும் எதுவும் விதி விலக்கில்லை. அம்மாவை அப்பா கேலி செய்வார்.

“சரியான பைத்தியம். பைத்தியம்தான் இந்தப் பழம் பண்டங்களைச் சேர்த்துத் திரியும்.”

“இருந்துட்டுப் போறேன். யார்தான் பைத்தியம் இல்லை. ஒவ்வொரு வயசுல ஒவ்வொரு பைத்தியம். பைத்தியம் என்கிறது என்ன? அதிக ஆசை, அதீதமான ஆர்வம். இருக்கட்டுமே! நீங்க புத்தராக இருங்க.”

அப்பா அழுதுகொண்டு நின்ற அனுவிடம் சொன்னார்:

“அழாதே அனு. நாளைக்கே இந்த வீட்டுக்கு ஆளுங்க வராங்க. அவங்க செடியைக் கவனிச்சுக்கறதா சொல்லியிருக்காங்க. நான் அடிக்கடி அழைச்சு வந்து செடியைக் காட்டறேன்”

அனுவுக்கு ஆச்சர்யம். புது வீட்டைச் சுற்றி ஏராளமான மரங்கள். பெரிய பெரிய தாத்தா மரங்கள் வானத்தைக் கை நீட்டி தொடும் மரங்கள். முந்தி அந்த வீட்டில் இருந்தவர்கள் வளர்த்திருந்த ரோஜாச் செடிகள், சாமந்தி செடி, கீரைச் செடிகள். அது அந்தச் செடிகளின் பிரசன்னத்தில் பழைய முல்லையை மறந்து போனாள். அந்த முல்லைதானே வளர்ந்து மரமாகி நிற்கிறது. சின்னது செடி. வளர்ந்தது மரம். ஒன்றில் ஒன்று. இதனுள் அது.

அவள் குதித்துக்கொண்டு வீட்டுக்குள் ஓடினாள். அம்மா அப்பாவிடம் சொல்லிக்கொண்டிருந்தாள்.

“என்ன இருந்தாலும் பழைய வீடுதான் வீடு. பழகிப் போச்சே, அனு பிறப்பதற்கு முன் குடிபோன வீடு. இது பழக எம்மாங்காலம் ஆகும்? எனக்கென்னமோ, இந்த வீடு ஒட்டலை. பெரிசா இருக்கு, இருந்தும் என்ன? ஹோன்னு யானை மாதிரி இருக்கு. அடக்கமா இல்லை.”

“அம்மா”

“என்னம்மா?”

"இங்கயும் முல்லைச் செடி இருக்கும்மா."

"இங்கயா? அசடு இங்க ஏது முல்லையும் மல்லிகையும், ரோஜா இருக்கு. கனகாம்பரம் இருக்கு. இன்னும் உனக்குச் செடி பேர்கூடத் தெரியலையே."

"உனக்குத்தான் தெரியலை, போ."

"போடி முட்டாள்."

"நிஜமாத்தாம்மா, சின்னது செடி, இங்கே அது வளர்ந்து மரமாட்டம் நிக்குதும்மா... அதுதாம்மா... அதுதாம்மா இது... இதுல அது இருக்கு"

"ஐயோ பைத்தியமே..."

அம்மா, உள்ளே போனாள்.

அப்பா, அனுவைத் தன்னிடம் அழைத்தார்.

"என்னம்மா சொன்னே, அதுதான் இதுவா?"

அவர் அனுவை அணைத்துக்கொண்டு, திரும்பி வந்துகொண்டிருந்த அம்மாவைப் பார்த்து நையாண்டி தோன்றச் சிரித்தார்.

1992

இருபது ஆண்டுகள்

பாரீஸ் பட்டணத்தின் இருதயம் போன்று இருந்தது அந்தப் பகுதி. பெரிய அங்காடி, எப்போதுமே பள்ளிச் சிறுவர்களைப்போல், சுறுசுறுப்பாய் இருக்கும். அன்று ஞாயிற்றுக்கிழமை வேறு உற்சாகத்துக்குக் கேட்க வேண்டுமா? மீன் கடையில், தன் வியாபாரத்தில் மூழ்கிப் போய் இருந்தாள் மரியாள். தொட்டியில் உயிரோடு உலவிக்கொண்டிருக்கும் மீன்களை எடுத்து மேடையில் போடுவதும், வாடிக்கையாளார்களுடன் பேரம் பேசுவதும், படிந்தால் எடுத்து அவர்கள் பையில் போடுவதும், அவர்கள் கொடுத்துப் போகும் காசுகளை எண்ணி, இடுப்பில் சுற்றிக் கட்டியிருந்த பையில் போடுவதுமாக இருந்தாள் மரியாள்.

கூட்டம் சற்று குறைந்தது. மணி பனிரெண்டு இருக்குமா? இருக்கும்போல்தான் இருந்தது. பனிக்கட்டி உருகி, வெயிலும் பனியுமாகச் சேர்ந்து, காற்று இதமாக வீசும் நேரம் அதுதான். பக்கத்துப் பூங்காக்களில் இருந்து, காற்றுடன் பூக்களின் மணமும் கலந்து வீசும் நேரமும் அதுதான். மீன் வாசனைகளையும் மீறி லீ மலர்களின் வாசனையை அவள் நாசிகள் தனியாகப் பிரித்தெடுத்து விடும் சக்தி மிக்கவை. முதுகில்லாத இருக்கையில் அமர்ந்து குழந்தையின் கைகளைப்போல மிருதுவாகத் தொடும் காற்றை அனுபவித்துக்கொண்டு அவள் ஓய்வெடுத்தாள். அப்போதுதான் தன்னை யாரோ கூர்மையாக அவதானித்துக் கொண்டிருக்கிறதை அவள் உணர்ந்தாள்.

ஓர் இளைஞன். இருபத்தைந்து வயது இருக்கலாமா? இருக்கும். குளிர்காலத்தை அலட்சியம்

செய்கிறவனைப்போல, குறைந்த சாதாரண உடைகளையே உடுத்தியிருந்தான். தெருச்சுற்றி மாதிரி இருந்தாலும், அப்படிச் சொல்லி விடவும் முடியாத ஏதோ ஒன்று அவனிடத்தில் இருந்ததாக அவள் உணர்ந்தாள். அவன் கண்கள், அதிகமாகக் கெண்டை மீன்கள் துள்ளிப் புரண்டதுபோல், ஈயக்காசுகள் சூரிய ஒளியில் பளபளப்பதுபோல் பளீரிட்டன. அவ்வளவுதான் அவன் போய்விட்டான். மரியாளும் அவனை மறந்து போனாள்.

அடுத்த நாளும் அவள், அந்தப் பனிரெண்டு மணிக்காற்றை உரித்த நுங்கைப்போல் சில்லிட்டுக் கொண்டு வீசும் காற்றைச் சுவாசித்துக் கொண்டிருக்கும்போது, எதேச்சையாக அவள் பார்வையில் அவன் தென்பட்டான். ரொட்டி அறுக்கும் கத்தியைப்போல அதே 'பளபள' கண்கள். இன்று அவன், அவள் மீன் கூடைக்கு அருகில் நின்றிருந்தான். மரியாள், காசுகளைத் தீவிரமாக எண்ணுபவள்போல, தலையைக் குனிந்துகொண்டு, அவனையே அனுமானித்துக்கொண்டு இருந்தாள். அவ்வளவுதான் அவன் போய் விட்டான். வியாபாரம் முடிந்து வீட்டுக்குப் போன பிறகும், ஏனோ அந்த இளைஞனின் நினைவு, பழகிய நாய்க்குட்டி மாதிரி, அவளையே சுற்றிக்கொண்டிருந்தது.

நாலு தினங்கள் இப்படியே போய்விட்டன. ஐந்தாம் நாள், அவள் அவனை எதிர்பார்த்தாள். கர்த்தருக்குச் சித்தமானால், அவன் வரக்கூடும். கெண்டை மீன் கேட்டவர்களுக்கு, அவள் விராலைத் துண்டம் பண்ணினாள். அம்பது காசுகள் கொடுக்க வேண்டியவர்க்கு அறுபது கொடுத்தாள். அண்டையில் இருந்த மீன்காரியிடம், "மணி பனிரெண்டு இருக்குமா" என்றாள். அவள், மூக்கைச் சிந்திக்கொண்டு சொன்னாள்:

"இன்னும் பத்துகூட ஆகலையே"

இன்று ஏன் காலம் முடமாகிப் போச்சு என்று இருந்தது அவளுக்கு. கடிகாரம், திடுமென குழந்தையாகி தவழ்வது ஏன் என்று தெரியவில்லை? ஒருவழியாக, அவன், அவள் அருகில் சட்டென்று தென்பட்டான். கை எட்டும் தூரத்தில்! புறா இறக்கையைப்போல, அவள் மனசு படபடத்தது.

"போன்மூர் மத்மசால், இன்று காலை வெகு அழகாக இல்லை?" என்றான் அவன்.

"ஆம்" என்பதுபோல் தலையசைத்தாள் மரியாள்.

"வெயில் வெள்ளையாக அடிக்கிறது. ஆகாயம், பொத்துக்கொண்டு வெளிச்சம், அருவி மாதிரி வழிகிறது, இல்லையா? என்றான் அவன் தொடர்ந்து.

அதற்கும் தலையை மட்டும் அசைத்து வைத்தாள் மரியாள்.

"உங்களிடம் மீன் வாங்க வேண்டும் என்று தினம் தினம் நினைக்கிறேன்" என்றான் அவன். இந்தப் பேச்சு, அவளை சமனப்படுத்தி சுலபப்படுத்தி, பேசவும் வைத்தது.

"எல்லாம் விற்றுப் போய், ரெண்டே ரெண்டுதான் மிஞ்சி இருக்கிறது. நல்ல சேற்றுக் கெண்டை, பொரியல் பண்ணினால் மிகவும் சுவையாய் இருக்கும். அதைவிட, மீன் கௌவாப்பு போட்டால் பிரமாதமாக இருக்கும்" என்றாள். தளுக்கான மீன் வியாபாரியான மரியாள்.

"பொய் சொல்கிறீர்களே" என்றான் விநயமுடன் அந்த இளைஞன்.

"பொய்யா! நானா?"

"ஆமாம், பொய்தான். நாலு மீன்களை வைத்துக்கொண்டு ரெண்டு என்றால், அது பொய்யன்றி வேறென்ன?"

"நாலு எங்கே இருக்கு. இரண்டுதானே இருக்கு?"

"உங்கள் கண்களை நீங்கள் ஏன் சேர்க்கவில்லை? அவையும் கெண்டைகள்தானே?"

அவன் போய் விட்டான்.

"என்ன அக்குறும்பு. இந்த ஆம்பிளைக்கு" என்று நினைத்தாள் மரியாள்.

மதியம் இரண்டு மணிக்குக் கடை கட்டிக்கொண்டு, முதலாளியம்மாவுக்கு கணக்கை ஒப்புவித்துவிட்டு, மரியாள் வீடு திரும்பிக்கொண்டிருந்தாள். நெப்போலியன் சதுக்கத்தைக் கடந்து, இடப்பக்கம் திரும்பினால், மரியாளின் குடியிருப்பு வந்துவிடும். திருப்பத்தில் அவன் நின்றிருந்தான். அவள் கையில் இருந்த ரொட்டி முட்டைக் கோசுக் கூடையைச் சுட்டி, "அதை நான் எடுத்து வருகிறேனே" என்றான் கெஞ்சும் குரலில்.

"எனக்கு அது கனக்கவில்லை" என்றாள் மரியாள்.

"எனக்குக் கனக்கிறதே" என்றான் அவன் ஒட்டாரமாக.

அவள் சுமையை, அவன் பெற்றுக்கொண்டான்.

அவன் பெயர் பிரான்சுலா மர்த்தேன் என்பதாம். பாரீஸ் நகர வியாபாரி ஒருத்தரின் வைப்பாட்டி மகனாம். மனைவிக்குப் பிறந்த மகன், மர்த்தேனுக்கு உரிய சொத்தைத் தராமல், அவனைத் துரத்தி விட்டானாம். வயிற்றைக் கழுவ வேண்டுமே! ஒரு பல

சரக்குக் கடையில் பொட்டலம் மடிக்கிற கடைப் பையனாக இருக்கிறானாம்.

"என் அண்ணன், எனக்கு சொத்து இல்லை என்றார். அதனால் என்ன, மரியாள் பார்த்துக்கொண்டே இரு! நான் ஒரு நாளைக்கு மகத்தானவனாக வருவேன். லட்சம் லட்சமாகச் சம்பாதிப்பேன்" என்றான் மர்த்தேன், மரியாளிடம்.

ஆமாம், அதுதான் விஷயம். அந்த நம்பிக்கை, அந்த எண்ண உயர்வு, மரியாளுக்கு ரொம்பவும் பிடித்தது. அந்த வருஷக் கிறிஸ்துமசின்போது, அவர்கள் திருமணம் செய்து கொள்வது என்று தீர்மானித்தார்கள். கிறிஸ்து பிறக்கும் மாதமே அற்புதமான மாதமாயிற்றே. தேவாலயத்தின் மணி நாதத்தை ரசித்துக் கேட்டபடியே, மரியாளின் விரலில் மோதிரத்தினை அணிவித்தான் மார்த்தேன்.

திருமணம் முடித்த மறுநாளே, அவர்களுக்குப் பெரும் அதிர்ச்சி ஒன்று நிகழ்ந்தது. மர்த்தேன் வேலை பார்த்த பலசரக்குக் கடை முதலாளி, "கல்யாணம் ஆன பையன்களுக்கு என் கடையில் வேலை இல்லை" என்றார்.

அதிர்ந்து போனாள் மரியாள்.

மர்த்தேன், அதைக் கேட்டுச் சிரித்தான்.

"பலசரக்குக் கடை வேலையை விட, பெரிசாக ஏதோ ஒன்று, எனக்கு வர இருக்கிறது கவலைப்படாதே மரி" என்றான் மர்த்தேன்.

"மர்த்தேன். எனக்கு ரொட்டியைப் பற்றின கவலை இல்லை. மீன் கடை இருக்கவே இருக்கிறது. நாம் செத்துவிட மாட்டோம். என்னைக் கல்யாணம் செய்துகொண்டதன் பொருட்டு உனக்கு வேலை போயிற்றே" என்றாள் மரியாள் வருத்தமுடன்.

சீக்கிரத்திலேயே, மர்த்தேனுக்குக் கிழக்கிந்திய பிரஞ்சு வியாபாரக் கும்பினியில் வேலை கிடைத்தது. ஆண்டுக்கு 600 பவுன் சம்பளம்.

"மர்த்தேன்... என்னை விட்டுப் பிரிந்து கப்பல் ஏறப் போகிறாயா?" என்றாள் மரியாள்.

"ஆமாம் மரியாள், அது தவிர்க்க முடியாதது. நான் அதிர்ஷ்டத்தைத் தேடிப் போகிறேன். ஏதோ ஒரு அசரீரி, என்னைப்

பின்னிருந்து இயக்கிக்கொண்டிருக்கிறது. நான் போக வேண்டும். கர்த்தருக்குச் சித்தமானால், நாம் மீண்டும் சந்திக்கலாம்."

கடல் அலைகள் கத்தி ஆர்ப்பரித்தன. மரியாளின் இதயமும்கூட அப்படித்தான் கதறியது.

மர்த்தேன் முதலில் மடகாஸ்கர் தீவில் சிறு வியாபாரியாய் தன் பணியைத் தொடங்கினான். அதன் பிறகு ஈரான், அதன் பின் மசூலிப்பட்டணம், பாரீசை விட்டுப் புறப்பட்ட பத்து ஆண்டுகளுக்குப் பிறகு மர்த்தேன், புதுச்சேரிக்கு சிறு அதிகாரியாக வந்து சேர்ந்தான். மரியாளுக்கு அவன் ஒரு கடிதம் எழுதினான்.

"அன்பே மரியாள், போந்திசேரி என்கிற ஒரு சின்னஞ்சிறு மீனவர் குப்பத்துக்கு நான் வந்து இன்று சேர்ந்திருக்கிறேன். இன்றைக்கு இந்த ஊரில் மாட்டுப் பொங்கலாம். அதாவது விவசாயிகளான இந்த ஊர் மக்கள், அதுக்கு உதவும் படியாக இருக்கிற மாடுகளுக்கு மகிமை படுத்துகிற நாள். மாடுகளை இவர்கள் கும்பிடுகிறபோது, இவர்களின் நன்றி உணர்வை நினைத்து, இந்த சனங்களின் மேல் அதிகமான மரியாதை ஏற்பட்டு விட்டது. பெண்கள் மூக்குக்கு நேராக வகிடெடுத்து தலையைச் சீவிக்கொண்டு, சடை போடுகிறார்கள். என்ன ஆச்சரியமாயிருக்கு அது? ஊருக்கு மேற்கே நெசவாளர்கள், அற்புதமான நெசவு செய்கிறார்கள். போந்திசேரி நெசவாளர்களின் கைத்திறமைக்கு முன்னால் மசூலிப்பட்டணம் நெசவாளர்கள் கட்டாயம் தோற்றுத்தான் போய்விடுவார்கள்.

அன்பே, உன்னைப் பிரிந்து பத்தாண்டுகள் ஓடி விட்டன. இறைவன் அருள், நம்மை இன்னும் ஒன்று சேர்க்கவில்லையே, பார் நம் காதலில் கனிந்த குழந்தைக்கு இப்போது பத்து வயசு இருக்குமே, அவளுக்கு என் ஆசை முத்தம். உனக்கும் என் அன்பு முத்தங்கள்."

மர்த்தேன், புதுச்சேரியில் இருந்து எழுதின கடிதங்கள் கப்பல்கள் மூலமாக, பாரிசுக்குப் போய்ச் சேர பருவ நிலையைப் பொறுத்து இரண்டு மாதங்கள் முதல் ஆறு மாதங்கள்வரை ஆகும். எழுதப் படிக்கத் தெரியாத மரியாள், யாரையேனும் பிடித்து பதில் கடிதம் எழுதுவித்து அனுப்பி வைப்பாள். அது, ஆறு மாசம் கழிந்து மர்த்தேனை வந்து அடையும். வருஷத்துக்கு இரண்டே கடிதங்கள். அவர்களின் தாம்பத்ய வாழ்க்கையின் பாலமாகச் செயல்பட்டுக்கொண்டிருந்தன.

மர்த்தேன், புதுச்சேரியை அடைந்த பிறகு, மரியாளின் கடிதம் ஒன்று வந்தது. கண்ணீர்த் திட்டுகளால் ஆங்காங்கே அது நனைந்திருந்தது. அதில் மரியாள் இப்படிச் சொன்னாள்.

"குழந்தை அப்பாவின் முகம் எப்படி இருக்கும் என்று கேட்கிறாள். அன்பே அவளுக்கு நான் என்ன பதில் சொல்லட்டும்? எங்கள் மீன் அங்காடிக்குப் பக்கத்திலே இருந்த பூங்காவைத் திருத்தி, சிப்பாய்களின் குடியிருப்பு கட்டுகிறார்கள். அன்பே அதனால், முன்போல, பனிரெண்டு மணி வேளையில் லீ மலர்களின் வாசனை வருவதில்லை. மர்த்தேன், நாம் என்று சந்திக்கப் போகிறோம்.? உயிருள்ளவரை சந்திப்போமா? இறந்த பிறகாவது சந்திப்போமா? எனக்குச் சொல் அன்பே..."

மர்த்தேன், பிரஞ்சுக் கும்பெனியில் சிறு வியாபாரியாகப் பணியில் சேர்ந்த பத்தொன்பதாம் வருடம் பிரஞ்சு இந்தியாவின் முதல் கவர்னராக, மன்னரால் நியமனம் பெற்றார். பிரஞ்சுக் காலனிகளின் முதல் கவர்னரின் மனைவியும், மகளும், புதுச்சேரியை நோக்கிக் கப்பலில் வந்துகொண்டிருக்கிறார்கள் என்ற செய்தி கேட்டு, மக்கள் கடற்கரையில் குழுமினார்கள். அந்நாளை ஒரு பண்டிகையாகவே ஜனங்கள் கொண்டாடினார்கள்.

"கப்பல் காணுது" என்று ஒரு சிப்பாய் வந்து மர்த்தேனிடம் சொன்னான். மர்த்தேன் கடற்கரைக்கு வந்து சேர்ந்தார். ஜனங்கள் ஒருவர்க்கு ஒருவர் சர்க்கரை வழங்கிக்கொண்டார்கள்.

கப்பலின் கொடி தோன்றியது. அப்புறம் கொஞ்சம் கொஞ் சமாக கப்பல் தென்பட்டது. கண் இமைக்காமல், கவர்னர் மர்த்தேன், அந்தக் கப்பலையே பார்த்துக்கொண்டிருந்தார். கட்டுமரம் எடுத்துக்கொண்டு, சிப்பாய்களும், அதிகாரிகளும் கப்பலை நோக்கிச் சென்றார்கள். மதாம் குவர்னர் மரியாளையும் அவர் மகளையும் ஏற்றிக்கொண்டு ஓடம் கரை சேர்ந்தது.

துணை குவர்னர், மதாம் குவர்னரின் கையைப் பற்றி, அவர் தரை இறங்க உதவி செய்தார். குவர்னர் குடும்பத்தை வரவேற்று பீரங்கிகள் முழங்கின. துப்பாக்கிகள் அதிர்ந்தன.

போர் வீரர்கள், மரியாளுக்கு சல்யூட் அடித்து தம் வணக்கத்தைப் புலப்படுத்திக்கொண்டார்கள்.

மரியாள், மர்த்தேனின் எதிரில் வந்து நின்றாள்.

"மர்த்தேன்" என்றாள். அவள் முகம் துடித்தது. கோணியது. கண்ணீர் வழிந்த படியே இருந்தது. மர்த்தேனும் ஒரு வார்த்தை பேசவில்லை. அவரும் கலங்கிக்கொண்டிருந்தார்.

"மகளே... இதோ உன் அப்பா" என்றாள் மரியாள், தம் மகளைப் பார்த்து. அந்த இருபது வயதுப் பெண், தன் தந்தையைத் தழுவிக்கொண்டாள்.

"மர்த்தேன்... இருபது வருஷங்கள்... உன்னைப் பார்த்து இருபது வருஷங்கள்... கர்த்தர் எவ்வளவு கருணை உள்ளவர்..."

குவர்னர் தம்பதிகள், மாளிகை நோக்கி நடந்தார்கள். முன்னால், வாத்தியக்காரரும், பின்னால் சிப்பாய்களின் அணி வகுப்பும் அவர்களை வழி நடத்திச் சென்றது.

மரியாள், மர்த்தேனைப் பார்த்துக் கேட்டாள்:

"மர்த்தேன்... இத்தனை சனம், நம்மைச் சுத்தி எதுக்கு வருகிறது."

"இவர்கள் அனைவரும் எனக்கும் உனக்கும் கீழ்ப்பட்ட உத்தியோகஸ்தர்கள்"

"அப்படியா? ஆனால் மர்த்தேன், எங்கள் மீன் கடை முதலாளி அம்மாவை விடவும், நீ பெரியவனா?" என்றாள் மரியாள்.

இருபது ஆண்டுகளுக்குப் பிறகு, மர்த்தேன் உரக்க, வாய்விட்டுச் சிரித்தார்.

1993

ஒரு சரிகைக் கனவு

பருமனான மரத்தூணில் சாய்ந்துகொண்டு ஒரு காலை மடக்கி, மறுகாலை நீட்டியபடி குனிந்து முறத்திலிருக்கும் அரிசியில் கல் பொறுக்கிக்கொண்டிருந்தாள் வந்தனா.

அவள் அமர்ந்திருந்தது வாசலை ஒட்டி. அந்தப் பழங்கால வீட்டின் நாலு கைத் தாழ்வாரத்தின் நடுவாய் அமைந்திருந்தது அந்தப் பள்ளி வாசல். வாசலின், ஓட்டுச் சார்புக்கு மேலே மாடி அறை. அறையை ஒட்டிய வராந்தாவில் தூங்கி எழுந்து கசங்கல் தோற்றத்தோடு, கசங்கல் கைலி, உடம்பு வாசனை வீசுகிற பனியன், கழுத்தைச் சுற்றிப் போட்ட தேங்காய்த் பூத்துண்டு சகிதம் நின்று பிரஷ்ஷால் பல் துலக்கிக்கொண்டு நின்றிருந்தான் மனோகரன். பல் துலக்குவது என்பது ஓர் அனிச்சைச் செயல், காலை எழுந்ததும் உணர்வின்றி செய்யக்கூடிய காரியம். ஆனால் அவன் செய்துகொண்டிருந்தது என்னமோ, வந்தனா கல் பொறுக்குகிற காட்சியைப் பார்த்துதான்.

மனோகரனால், தான் பார்க்கப்படுவதை வந்தனா அறிவாள்தான். அவ்வாறு அவனால், தான் பார்க்கப்பட வேண்டும் என்பதே அவள் நோக்கம். ஒருமுறை கல்பொறுக்கி, ஓர் ஓய்வுக் காரியமாக அண்ணாந்து அவனைப் பார்ப்பதுமாக இருந்தாள் வந்தனா. அவ்வாறு பார்ப்பதையும் அவளால் பகிரங்கமாகச் செய்ய முடியாது. ஏதோ வானத்தைப் பார்ப்பது மாதிரியும், வானத்தில் காக்கைகள் பறக்கின்றனவா என்று பார்ப்பது மாதிரியும், சூரியன் பத்திரமாக அங்கேயே இருக்கிறானா என்று தேடுவது

மாதிரியும்தான் அவள் பார்த்தாள். ஆனால் ஒவ்வொரு முறை அவள் அண்ணாந்து பார்த்தபோதும், மனோகரனின் ஏதோ ஓர் அங்கம் அவள் கண்களில் படத் தவறுவது இல்லை. ஒரு சமயம் அவனது தோள், ஒரு சமயம் அவன் கன்னம், ஒரு சமயம் அவனது சுருட்டி மடக்கிய வயிறுப் புறக் கைலி, தவறாமல் ஒரு புன்னகையையும் வெளியே தவழவிடத் தவறவில்லை அவள். எங்கோ பெட்டியில் போடப்பட்ட தபால், தவறாமல் முகவரியாளரிடம் சென்று சேர்வது மாதிரி, அவள் புன்னகையைப் பந்து மாதிரி கை நீட்டி வாங்கிக்கொண்டிருந்தான் அவன்.

காலம் காட்டும் கடிகாரம் காதல் வயப்பட்டோருக்கு மட்டும் விசித்திரமான காலம் காட்டும் போலும்! சூரியனுக்கு முன்பாக எழுந்துவிடும் இயல்பினள் வந்தனா. சூரியனின் முதல் கிரணம், மண்ணில் தெரியும்போது தெருவில் சாணம் தெளித்துக்கொண்டிருப்பாள் அவள். 'சலக், சலக், சலக்' என்று சாணி நீர் மண் ரஸ்தாவில் தெளிபடும் ஓசை எப்படியோ தூது சென்று மனோகரனை எழுப்பிவிடத் தவறுவதில்லை. எழுந்துவிடுவான். சுருட்டிக்கொண்டு இடுப்பு வழி வழிகிற கைலியைத் தூக்கிப் பிடித்துக்கொண்டு வராந்தாவுக்கு வந்து அவன் நிற்பதற்கும், சாணம் தெளித்த வாளி, துடைப்பம் சகிதம் அவள் திரும்பவுதற்கும் சரியாய் இருக்கும். அவனது காலம் பிசகாமைக்கு மெடல் தருவது மாதிரி, அவனைப் பார்த்தும் பார்க்காமலும் ஒரு புன்னகையைச் சிந்துவாள் வந்தனா. மனோகரனும் அம்மெடலைத் தன் பனியனின் மேல் குத்திக்கொள்ளத் தவறுவதில்லை. கடந்த பதினாறு நாட்களாக, அந்த விதம் வந்தனா அவனுக்களித்த மெடல்கள் அனேகம். இனி மார்பு கொள்ளாமல் முதுகில்தான் அவன் அவற்றைக் குத்திக்கொள்ள வேண்டும். அந்த இருட்டிலும் அவள் முகப் பிரகாசத்தை, அவன் எங்ஙனம் அறிவான்? அதுவும் விந்தைதான். காதலர்கள் கணகள் எக்ஸ்ரே கண்களை விடவும் கூரியவை.

உள்ளே அம்மா அசந்து தூங்கிக்கொண்டிருப்பாள். வந்தனாவின் அப்பா கொஞ்சம் இருமுவார். பிறகு செருமுவது கேட்கும். தன்னை ஆசுவாசப்படுத்திக்கொண்டு அப்படியே திரும்பிப் படுப்பார் அவர். எழ எப்படியும் ஏழு மணி ஆகும். வைகறை அஞ்சு மணிக்கும் அம்மா எழும் ஆறரை மணிக்கும் இடைப்பட்ட காலத்துக்குள், அவர்கள் முதல் தரிசனத்தை முடித்துக்கொள்ள வேண்டும்.

சாணத் தெளிப்பு வேலை முடிந்ததும், வீடு கூட்டத் தொடங்குவாள் வந்தனா. வந்தனாவுக்கு சரியோ, தவறோ ஒரு பழக்கம் வாய்த்திருந்தது. எந்தக் காரியத்தைச் செய்தாலும், பாட்டுப் பாடிக்கொண்டே செய்கிற பழக்கம்தான் அது. பாடல்கள் பெரும்பாலும் அங்கு அந்தச் சந்தர்ப்பத்துக்குப் பொருத்தமாய் இருக்கும். அவை அவள் பார்த்திருந்த சினிமாக்களில் கதாநாயகிகள் பாடுவதாய் இருக்கும்.

சாணம் தெளிக்கையில்,

"வெள்ளிக்கிழமை
விடியும் வேளை
வாசலில் கோலமிட்டேன்..."

என்று பாடிக்கொண்டேதான் அவள் அதைச் செய்வாள். தினம் தினம் வாசல் தெளிப்பாள். தினம் தினம் வெள்ளிக்கிழமையாகுமா? ஆகாதுதான். எனினும் என்ன? தினம் தினம் வெள்ளிக்கிழமையாகப் பாவித்துக்கொள்ள முடியாதா?

வீடு கூட்டுதல், நாலுகைத் தாழ்வாரத்தில்தான் ஆரம்பிக்கும். தாழ்வாரத்தில் இருந்து, நேரே மனோகரன் நிற்பது தெரியும். அதுவரையில் தூக்கிச் செருகிய பாவாடையை இறக்கிவிட்டு இழுத்து இழுத்துப் போர்த்திக்கொண்டும் அவள் அதைச் செய்து முடிக்க அரை மணி ஆகும். வீடு கூட்டுகையில் அவள் மறக்காமல் பாடும் பாட்டு, 'ஆலயமணியின் ஓசையை நான் கேட்டேன்' என்பதாய் இருக்கும். அதற்குப் பிறகு வந்தனா உறைக்குள் பதுங்கும் வாளாகப் பதுங்கிக் கொள்வாள். அம்மா எழுந்து விடுவாளே!

"சனியனே! எத்தனை நாழியா மசமசன்னு உட்கார்ந்துட்டு அரிசி ஆயறது? தடிக்கழுதைக்கு ஆகிற மாதிரி வயசு ஆறது. நாளைக்கு ஒருத்தனைக் கட்டிக்கிட்டுப் போய் எப்படிக் குப்பை கொட்டப் போறியோ?"

வந்தனாவுக்குப் அப்படி ஓர் அழகிய பெயர் வைத்திருந்தாலும் அம்மாவுக்கு அப்பெயரைக் காட்டிலும் 'சனியனே, மூதி, துடைகாலி, அஜம்' என்பன போன்ற பெயர்களாலேயே அவளை அழைக்கப் பிடிக்கும். பெயர் எதுவானால் என்ன, வந்தனா என்றாலும் சனியனே என்றாலும் அது தன்னைத்தானே குறிக்கும் என்பதை அவள் அறிவாள்தானே?

வந்தனா எழுந்து உள்ளே போனாள்.

இட்லிக் கடை ஓய்ந்து, மத்தியான சாப்பாட்டுக்கான பூர்வாங்க வேலைகளைத் தொடங்கினாள் வந்தனா.

அடுப்பில் தண்ணீர் குண்டானை வைத்து, அரிசியை போட்டாள். அப்பா, பேக்டரி யூனிபாரத்திற்குள் சிரமப்பட்டு தன்னை நுழைத்துக்கொண்டிருந்தார். அடுத்து அவர் செய்ய விரும்பியது அவரைப்போலவே முதிர்ந்த ஒரு கழுதையைப்போல தெரு வாசற்படியில் நின்றிருக்கும் சைக்கிளுக்கு காற்றடிப்பது என்பது அவருக்கும் சைக்கிளுக்குமேகூட வழக்கமாகி விட்டிருந்தது. சுதந்திரத்திற்கு முன்னர் பிறந்து வஞ்சனையின்றி உழைத்து விட்ட அதன் மேல் அப்பாவுக்கு, வந்தனாவின் மேல் உள்ள வாத்சல்யத்துக்குச் சற்றும் குறையாத அளவு இருந்தது. சைக்கிளைத் தெருமுனைவரை தள்ளிக்கொண்டே சென்று மெயின் ரோடில் வைத்து தத்தித் தத்தி ஏறி அவர் செல்வார். அப்பா சென்ற பிறகு அம்மா, காய்கறி வாங்கப் புறப்படுவாள்.

ஆயிற்று. அம்மா பழம் பையை எடுத்துக்கொண்டு கடைக்குப் புறப்பட்டாள்.

"கதவைப் போட்டுக்கோ, மசமசன்னு நிக்காதே, சித்த நாழிலியே திரும்பிடறேன்" என்றபடி அம்மா படியிறங்கிப் போனாள்.

கதவைப் போட்டுத் திரும்பியவள், வாசலில் நின்று மாடியைப் பார்த்தாள். மனோகரன் அவள் கண்களில் தட்டுப்படவில்லை. போய்விட்டான் போலும் என்று நினைத்துக்கொண்டாள். திரும்பி அடுக்களைக்கு வந்தாள். வெங்காயம், பச்சை மிளகாய் போட்டு வைத்திருக்கும் பிளாஸ்டிக் கூடையையும் அரிவாள் மனையையும் எடுத்து வைத்துக்கொண்டு அமர்ந்தாள்.

வந்தனா மிகவும் உற்சாகமாக இருந்தாள். மனசுக்குள் காலையிலிருந்தே சந்தோஷம் பொங்கி வழிந்தது. காரணம் அற்ற சந்தோஷமா? எதுவானாலும், மனம் பாரமற்று, இலேசாகி, தண்ணீரில் மிதக்கும் தக்கையைப் போன்றிருந்தது. வெங்காயத்தை அரிந்துகொண்டே அவள் வாய் முணுமுணுத்தது. "நானே நானா, வேறே தானா, மெல்ல மெல்ல மாறினேனா?"

தன் பாடலில் தானே ஆழ்ந்து போயிருந்த அவள் பார்வையில், அடுப்படி வாசலில் நிழல் ஆடுவது தெரிந்தது.

அம்மாவாக இருந்தால், நான் போய் தாளைத் திறக்காமல் அவளால் எப்படி வர முடியும்? சடக்கென எழுந்து, அடுப்படிக் கதவை ஒட்டி வந்து நின்றாள்.

மனோகரன்!

அவளுக்கு வியர்த்தது. தொண்டை உலர்ந்ததுபோலாயிற்று.

"என்ன வேணும்?"

சட்டென்று, அதையே தொடக்கமாகக்கொண்டு, "தண்ணீர் வேணும்" என்றான் மனோகரன்.

"வேலைக்காரி தண்ணிகொண்டு வந்து வைக்கலையா?"

"இல்லை"

குடத்திலிருந்து நீர் எடுத்து அவனுக்குக் கொடுத்தாள். நிம்மதியாகக்கூட இருந்தது அவளுக்கு. ஓர் ஒழுங்கான தொடக்கமாக அக்காரியம் காட்சியளிப்பதை உணர்ந்தாள் அவள்.

டம்ளரை அவளிடம் திருப்பிக் கொடுத்த அவன்,

"என் பெயர் மனோகரன்" என்றான்.

"தெரியும்."

"மெடிக்கல் ரெப்பாக இந்த ஏரியாவுக்கு வந்திருக்கிறேன்."

"தெரியும்"

"ஒரு மாசம்தான் இங்க இருப்பேன். ஏற்கெனவே பதினைந்து நாள் ஆகிவிட்டது."

"தெரியும்"

அவன் தயங்கியவாறு சொன்னான்.

"இன்னும் பதினைந்து நாள்தான் இங்கு இருப்பேன்."

அவள் சிரித்தாள்.

"ஏன் சிரிக்கிறீங்க?"

"ஒரு மாசம்தான் இங்க தங்க வந்திருக்கிறீர்கள். ஏற்கெனவே பதினைந்து நாள் ஆச்சு. மீதி எவ்வளவு நாள் தங்குவீர்கள் என்று எனக்குத் தெரியாதா?"

"சரி."

"அம்மா கடைக்குப் போயிருக்காங்க."

"தெரியும்"

"அப்பா பேக்டரிக்குப் போயிருக்கார்."

"தெரியும்."

"நான் தனியாத்தான் இருக்கேன்."

அவன் சிரித்தான். அவனுக்குச் சிங்கப்பல் இருப்பதைப் பார்த்தாள். அது அழகாகத்தான் இருந்ததாகப் பட்டது.

"அப்பாவும் இல்லை, அம்மாவும் இல்லை, நீங்கள் தனியாகத்தான் இருக்க முடியும். அதைச் சொல்ல வேண்டுமா.?"

இப்போது அவர்கள் இருவரும் சேர்ந்து சிரித்தார்கள்.

அவன் தன் சட்டையிலிருந்து ஒரு வெள்ளைக் கவரை எடுத்தான்.

"அப்புறமா இதைப் படிச்சுப் பாருங்க" என்றபடி அதை அவளிடம் நீட்டினான்"

"என்ன அது?"

"வாங்கிப் படிச்சுப் பாருங்களேன்! தானே தெரியும்"

"என்னன்னு சொன்னாத்தான் வாங்குவேன்."

அவள் சண்டித்தனம் செய்தாள். அது ஒரு சாகசம். அது ஒரு தூண்டுதல், அது ஓர் அங்கீகாரம், குழந்தைக்குப் பூச்சுக் காட்டல் மாதிரி. தெரிந்துகொண்டே திடுக்கிட்டு ரசிக்க வைக்கிற விளையாட்டு!

"உங்களுக்குப் புரியலையா?"

"ஊகும்"

"நீங்க ரொம்ப அழகாப் பாடறீங்க?"

"ஐஸ்... பாலா, குச்சியா, கோனா?"

"நிஜமாத்தான்."

"நிஜம்மா?"

"சத்தியமாய்"

"போங்க! பொய் சொல்றீங்க"

பேசிக்கொண்டே அவள் அக்கடிதத்தை வாங்கினாள்.

"அடியே... கதவைத் திற..."

தெருவிலிருந்து அம்மா கத்தினாள்.

அம்மாவின் குரலைக் கேட்டதும் "நான் அப்புறமா வர்றேன்" என்றுவிட்டு மாடிப்படியை நோக்கி ஓடினான் மனோகரன். வாசலை ஒட்டி மாடிக்குப் போகும்படி இருந்தது. சௌகர்யமாக இருந்தது அவனுக்கு. அவன் பதறியபடி ஓடுவதையே பார்த்தவாறு நின்று, அதை ஒரு தமாஷாகப் பார்த்து ரசித்துக்கொண்டிருந்த வந்தனாவை, அம்மாவின் குரல் பிடித்து உலுக்கியது.

“டீ சனியனே! எத்தனை நாழிடி என்னை இப்படி வெயில்ல நிறுத்தி வச்சு வறுப்பே? தூங்கு மூஞ்சிப் பிசாசே?”

வந்தனா கடிதத்தை மடக்கி ஜாக்கெட்டுக்குள் செருகிக் கொண்டாள். பெண்களின் ஆடைகள்தான் எத்தனை சௌகர்யமானவை? பிறகே, ஒரு செயற்கையான அவசரத்தை விடுவித்துக்கொண்டு ஓடிச் சென்று கதவைத் திறந்தாள். அம்மா தன்னைவிட உயரமான புடலங்காயை கையில் பிடித்துக்கொண்டு பேய்க் கரும்பைப் பிடித்த பட்டினத்தார் மாதிரி நிற்பதைப் பார்த்து அவளுக்குச் சிரிப்பு பொத்துக்கொண்டு வந்தது. வாயை மூடிக்கொண்டு சிரித்தாள்.

“என்னடி சிரிப்பு வேண்டிக்கிடக்கு அசடே? எத்தனை நாழியா நான் கதவைத் தட்டறது? அங்கே என்ன அடுப்பை எரிய வச்சுக்கிட்டு, சொக்கப்பனை வேடிக்கை பாத்தியாக்கும்.?” என்றபடி காய்கறிகளைக் கொடுத்து விட்டு அம்மா கால் கழுவத் தோட்டத்தைப் பார்த்துச் சென்றாள்.

வந்தனாவின் இதயம் வேகமாக அடித்துக்கொண்டிருந்தது. அந்தக் கடிதத்தை உடன் பிரித்து வாசிக்க வேண்டும் என்ற ஆவல் அவளை மீறிக்கொண்டு வந்தது. அவளுக்கென்று ஓர் அறை உண்டுதான். ஆனால் சமையல் வேலை தொடங்கும் நேரத்தில் அவள் அறையைச் சாத்திக்கொண்டு கடிதத்தை ஆசுவாசமாகப் படிக்க முடியாது. அம்மா வார்த்தைகளால் இரத்தம் வரக் கிழிப்பாள். ‘ஆறு மனமே ஆறு’ என்று தனக்குள் சொல்லிக்கொண்டாள்.

அம்மா சொல்லிக்கொண்டிருந்தாள். “பாவக்காய் வாங்கி வந்திருக்கேன். மிதி பாவக்காய் நெத்திலிக் கருவாடும் கிடைச்சுது. இரண்டையும் போட்டு வறுத்துடு. சுக்குக் குழம்பு வச்சுரு. வயிறு சரியில்லைன்னு சொல்லிக்கிட்டு இருந்தாரே அவரு! புடலங்காயை ராத்திரிக்கு கூட்டுக்கு வச்சுரு. மசமசன்னு நிக்காதே. அப்பனே ஈஸ்வரா” என்றபடி அம்மா சமையல் அறை நிலையிலே தலை வைத்து படுத்தாள். கடைக்குப் போய் வந்தால், இப்படி சிறிது நேரம் படுத்து ஓய்வெடுத்துக்கொள்ள வேண்டும் அம்மாவுக்கு.

“நான் குளிச்சுட்டு வந்து, சமையலை ஆரம்பிக்கறேம்மா. சோறு வடிச்சாச்சு”

“இன்னேரம் என்ன பண்ணே? குளிச்சிருக்கப்படாதா? தண்ணி சுட வச்சுக் குளி. பச்சைத் தண்ணில குளிக்காதே. சளி பிடிச்சுக்கப் போவுது.”

விட்டதுபோதும் என்று காய வைக்கப்பட்டிருந்த டவலையும், மாற்றும் துணிகளையும் உருவிக்கொண்டு, பாத்ரூமுக்குள் புகுந்து கதவைச் சாத்திக்கொண்டாள் வந்தனா. அப்பப்பா! எவ்வளவு நிம்மதி! பிளாஸ்டிக் வாளியில் தண்ணீரைத் திறந்து விட்டுவிட்டு, அவசரமாக அக்கடிதத்தை எடுத்தாள். உறையைப் பிரித்தாள். ஒரு பாட புஸ்தக அளவில் ஆன பேப்பரில் மனோகரன் எழுதியிருந்தான். கோடு போட்ட, மேலே ரோஜாப்பூ அழகாக அச்சடிக்கப்பட்ட வழுவழு பேப்பர் அது. சின்னச் சின்ன எழுத்தில் தெளிவாக எழுதப்பட்ட கடிதத்தைப் படித்தாள்.

"என் இதயத்தில் இடம் பிடித்துக்கொண்ட வந்தனா! உன்னைப் பார்க்கும்போதெல்லாம், எனக்குள் ஒரு வகைப் பரவசம் ஏற்படுகிறது. எப்போதும் உன் அருகில், நீ சுவாசித்த காற்றைச் சுவாசித்துக்கொண்டு இருக்க வேண்டும் என்று என் மனம் ஏங்குகிறது. அது ஏன் வந்தனா? என்னைப் பற்றியே யோசித்துக்கொண்டு வாழ்ந்தவன் நான். இந்த வீட்டுக்குக் குடி வந்த அன்றிலிருந்து, உன்னைப் பற்றியே என்னை யோசிக்க வைத்து விட்டாய்! காலை நேரங்களில் உன்னைப் பார்க்க முடியாதபோது சூரியனே உதயமாகவில்லை என்றே எனக்குத் தோன்றுகிறது. இந்த விசித்திர உணர்வின் பெயர் என்ன, இதற்குப் பெயர்தான் காதலா? எனக்கு அப்படித்தான் தோன்றுகிறது. உனக்கும் அப்படித்தான் இருக்கும் என்றே நம்புகிறேன். பூட்டைத் திறந்துகொண்டு வெளியே வா! கொஞ்சம் பேசலாம்!"

உன் மனோகரன்

மங்கிய வெளிச்சமும், எப்பவும் குளிர்ச்சியுமான அந்த அறையில்கூட அவளுக்கு வியர்த்தது. புறா ஒன்று 'சடசட'வென்று இறக்கைகளைச் சிலிர்த்துக்கொண்டது மாதிரி மனம் சிலிர்த்தது அவளுக்கு. அழ வேண்டும்போலவும் இருந்தது. ஆனால், அழக்கூடாது என்றும் இருந்தது.

அது மனிதர்க்குக் கிடைக்கிற பெருமை, ஒருவகை அங்கீகாரம். நான் உன்னைக் காதலிக்கிறேன் என்பதாகும். உன்னிடம் இருப்பதை எனக்கு எடுத்துக்கொண்டு, என்னை உனக்குத் தருவதும் ஆகிய ஓர் இயற்கை உந்துதலுக்கு, விடுத்துக் கொள்கிற பரஸ்பர அழைப்பு. வாங்குபவரும், தருபவரும் லாபம் கொள்கிற பரிவர்த்தனை! இருவருக்குமே இழப்பு இல்லாத, இருவருமே பெற்றுக் கொள்கிற கொடுக்கல், வாங்கல்! ஒருவரை ஒருவர்

அறிந்து கொள்ள நீட்டுகிற அறிமுகச் சீட்டு! அடிப்படையில் காதல் என்பது மனித நாகரிகங்களில் ஒன்று. பேச்சு மொழிக்கு முன் பிறந்த உடம்பு மொழி!

வரிவரியாக மனசுக்குள் மனோ எழுதிய வாக்கியங்கள் ஓடின. அளவாகச் சுண்ணாம்பு தடவுகிற மாதிரி, எவ்வளவு அழகாக எழுதியிருக்கிறான்! அந்தக் கடிதத்தைச் சுக்கல் சுக்கலாகக் கிழித்து பிளஷ்–அவுட்டில் போட்டு வாளித் தண்ணீரை ஊற்றினாள். குளிப்பது என்று உணராமலேயே குளித்தாள். அவளை அறியாமல் அவள் வாய் முணுமுணுத்தது.

"திக்கு தெரியாத காட்டில் - உனைத்
தேடித் தேடி இளைத்தேனே.
பெண்ணே உனதழகைக் கண்டு - மனம்
பித்தம் கொள்ளுதென்று நகைத்தான் - அடி
கண்ணே எனதிரு கண்மணியே - உனைக்
கட்டித் தழுவ மனம்கொண்டேன்...

குளித்துவிட்டு வருகையில் அவளுக்கு ஓர் ஆச்சர்யம் காத்திருந்தது. மனோகரன் அம்மாவுடன் பேசிக்கொண்டிருந்தான். வாசலில் தூணில் சாய்ந்து அவன் அமர்ந்திருக்க, எதிரில் சமையல் அறை வாயிலை ஒட்டி அம்மா சம்மணம் இட்டு அமர்ந்திருந்தாள். நீண்ட நாள் சினேகிதர்கள்போல் அவர்கள் பேசிக்கொண்டிருந்தார்கள்.

"தம்பி தண்ணி கேட்டு வந்தது. பச்சைத் தண்ணி உடம்புக்கு ஆகாது சுடு தண்ணி போட்டிருக்கேன். ஒரு சொம்பிலே ஊத்திக் கொடு வந்தனா" என்றாள் அம்மா.

வந்தனா அவனைக் கோபம் கொண்டவளைப்போலப் பார்த்தாள். தன் அறைக்குள் புகுந்துகொண்டு சும்மா சுற்றிக்கொண்டு வந்த தாவணியை ஒழுங்கு செய்துகொண்டாள். தலையை அவசரமாக வாரி, கொஞ்சம் பவுடரை முகத்தில் பூசிக்கொண்டு, நெற்றிக்குச் சுவரில் ஒட்டி வைத்திருந்த பொட்டை எடுத்து வைத்துக்கொண்டு வெளியே வந்தாள்.

அம்மா சொல்லிக்கொண்டிருந்தாள்.

"வெயிலில் கடை கடையா ஏறி இறங்கிற வேலை, உடம்பு உஷ்ணமாயிடும். வாரத்தில் இரண்டு வேளை, தலைக்கு எண்ணெய் தேய்ச்சுக் குளிக்கணும். உடம்பை சாக்கிரதையாய் பார்த்துக்கணும்."

வந்தனாவைப் பார்த்ததும், அம்மா சொன்னாள்:

"இதாம் தம்பி என் பொண்ணு. பத்தாம் கிளாஸ் படிச்சுட்டு வீட்டோட இருக்கு. நல்லா பாட்டுப் படிப்பா. சுமாரா ஆக்குவா. நம்ம சாதி சனத்தோட நல்ல பையனா தேடிக்கிட்டிருக்கோம். முடிஞ்சா, வர்ற தையில கல்யாணத்தை முடிச்சுருவோம்."

"உக்கும், கல்யாணம் இல்லைன்னு எனக்குச் சோறு இறங்க மாட்டேங்குது" என்றாள் வந்தனா. தன் தோளில் இடித்துக்கொண்டு.

"பாரு தம்பி அவ பேசறதை. வயசு பொண்ணைக் கட்டிக் கொடுத்தாதானே எங்களுக்கு பாரம் இறங்கும்?"

"நான் என்ன உன் தோள் மேலயா ஏறி உட்கார்ந்துக்கிட்டு இருக்கேன்?" என்றவள் அடுப்படிக்குப் போய் ஹார்லிக்ஸ் கலந்தாள். இரண்டு டம்ளர் பானத்தையும் எடுத்து வந்து அம்மா முன் ஒன்றும், அவன் முன் ஒன்றும் வைத்தாள்.

"எதுக்குச் சிரமம்.?" என்றான் மனோகரன்.

"ஆமாம், காட்டுக்குப் போயி, கையொடிய விறகொடிச்சி, மாட்டை மேச்சி, பால் கறந்து, சுடவைச்சு ஆத்திக்கொண்டு வர்றேன் பாருங்க... பெரிய சிரமமான காரியம்" தலையை நொடித்துக்கொண்டு சொன்னாள் வந்தனா.

அம்மா சிரித்தாள்.

"வாயாடி... வாயாடி... உனக்கு எந்த ஊமைத்துரை வந்து வாய்க்கப் போறானோ?" என்றாள் அம்மா கவலையுடன்.

"எனக்கு ஊமைத்துரை வேணாம்மா. கட்டபொம்மன்தான் வேணும். கடா மீசை வச்சிருக்கற ராசா."

மனோகரன், மீசையில்லாத தன் முகத்தைச் சுளித்துக் கொண்டான்.

"அடி, ஆத்தே... என் பொண்ணுக்கு கடா மீசைக்காரனைத் தேடி நான் எங்க போவேன்?" என்று பொய்யாய் அலுத்துக் கொண்டாள் அம்மா.

வந்தனா அடுப்படிக்கு ஓடிப் போனாள். தமிழ்ப் பெண்களுக்கு அடுப்பறை கர்ப்ப அறைக்கு அடுத்த இரண்டாவது அறை.

பசுவைக் கொட்டிலில் கட்டிவிட்டு தடவிக் கொடுப்பது மாதிரி சைக்கிளைப் பிளாட்பாரத்தில் நிறுத்தி அதைத் தடவிக் கொடுத்து விட்டு உள்ளே நுழைந்தார் அப்பா. வியர்வையால் நனைந்த நீல யூனிபார்ம் சட்டையை அவிழ்த்து வாசலில் போட்டார்.

"அம்மா வந்தனா, இந்தச் சட்டையை துவைச்சுப் போடேன். ஒரே நாத்தமா நாறுது" என்றார் பெண்ணைப் பார்த்து.

மனோகரன் படியை விட்டு இறங்கி வந்து வாசலில் நின்றான்.

"வாங்க தம்பி, உக்காருங்க..."

போடப்பட்ட நாற்காலி ஒன்றில் அமர்ந்தான் மனோகரன்.

"ஏதாவது விசேஷங்களா?"

"பெரிசா ஒன்றுமில்லை. இன்னிக்கு ஒரு சினேகிதனைப் பார்த்தேன். அவருக்கு வேண்டப்பட்ட குடும்பத்துப் பொண்ணு இன்னைக்கு டவுன் ஹால்லே நடனம் ஆடுதாம். கண்டிப்பா வரச் சொல்லி நாலு டிக்கெட் குடுத்திருக்கா. அந்தப் பொண்ணுகூட சினிமாவில் நடிக்குதாம். நீங்க பிரியா இருந்தா வாங்களேன்"

மனோகரன் பேச்சைக் கேட்டுக்கொண்டு வாசலுக்கு வந்த வந்தனா கேட்டாள்.

"சினிமாவில் நடிக்குதா? ஹ்ஹஹ அப்பா... டேன்ஸ் பார்க்க போவலாம்பா?"

"சினிமா நடிகைன்னா, கொம்பு ஏதாவது முளைச்சிருக் குமாப்பா, சினிமான்னா, இந்தப் பொண்ணுக்கு ஒரே வெறி, அசடு" என்றார் அப்பா.

"ஆமா, அந்தப் பொண்ணு பேரு என்ன சொன்னீங்க" என்று கேட்டாள் வந்தனா.

"ரேவதி"

"உக்கும்... உக்கும்... அப்பா போவலாம்பா..."

அடுப்படியை விட்டு வெளியே வந்த அம்மாவைப் பார்த்து மனோகரன் சொன்னான்.

"அம்மா... நீங்களும் வாங்களேன்"

அம்மாவுக்கு வெட்கம் வந்து விட்டது.

"நான் எங்கேப்பா டேன்சுக்கும் கீன்சுக்கும் வரது? அப்பாவுக்குப் பாட்டு, நடனம் பிடிக்கும். அவரை அழைச்சுக்கிட்டு போங்க."

“நான் குளிச்சுட்டு வந்திடறேன்...” என்றார் அப்பா.

“ரெடியான பிறகு ஒரு குரல் கொடுங்க. நான் அறையில் இருக்கேன்.”

“சரி.”

மனோகரன் படி ஏறிச் செல்கையில், அம்மா சொன்னாள்:

“மையக் கிழங்கு உண்டை டிபன் செய்திருக்கையே, அவருக்கு ஒன்று கொடேன். நீங்க போங்க தம்பி, மாடிக்கு அனுப்பி வைக்கிறேன்.”

மனோகரன் சந்தோஷத்திலும் ஏகப்பட்ட எதிர்பார்ப்பிலும் தட்டுத் தடுமாறி மாடிக்கு வந்தான். கீழே வந்தனா சொல்வது அவனுக்குக் கேட்டது.

“ஐயோ... நான் மாடிக்குப் போக மாட்டேம்மா!”

அவனுக்கு அது திகைப்பாகத்தான் இருந்தது.

வந்தனா நாட்டிய அரங்கை விட்டு வெளியே வருகையில் முற்றிலும் வேறு மனுஷியாகவே வந்தாள். அவள் சாதாரண வந்தனா அல்ல, சினிமா நடிகை வந்தனா. அவள் நடித்த படம் ஒன்று நூறு நாள் ஓடி பெரும் பரபரப்பை ஏற்படுத்தியிருந்தது. நூறாவது நாள் பரிசுப் பொருளை வாங்க அவள் வருகிறாள். படகுக் காரில் அவள் வந்து இறங்குகிறாள். பார்க்க முண்டியடித்துக்கொண்டு அவளிடம் ஓடி வருகிறார்கள். அவளிடமிருந்து ஆட்டோகிராப் வாங்குகிறார்கள்.

“எப்படியிருந்தது நாட்டியம்?”

“நன்றாகத்தான் இருக்கிறது. ஆனால் இன்னும் எத்தனை காலத்துக்கு கிருஷ்ணன், ராமன் என்று கடவுள்களைப் பற்றிய பாட்டுக்கே அபிநயம் பிடித்து ஆடப் போகிறார்கள்? நிஜமான வாழ்க்கையைப் பற்றி பாட்டு எழுதி, அதுக்கு ஆடினால் என்ன?” என்றார் அப்பா.

மனோகரனுக்குக்கூட ஆச்சரியமா இருந்தது. அப்பாவால் இப்படியெல்லாம் வித்தியாசமாய்ச் சிந்திக்க முடிகிறதே?

“அந்தப் பெண்தான் எத்தனை அழகு?” என்றாள் வந்தனா.

“அதெல்லாம் சும்மா மேக்கப். உங்களைவிட அவள் ஒன்றும் அழகியில்லை. மேக்கப்பினால், பார்க்கச் சகிக்காதவளைக்கூட

பேரழகியாக மாற்றிவிட முடியும். அப்படித்தான் ஆக்கியிருக்கிறார்கள். உங்களுக்கெல்லாம் மேக்கப் போட்டால், உங்களுக்குப் பக்கத்தில் நிற்கும் தகுதிகூட, பெரிய 'ஸ்டார்' என்று சொல்லிக் கொள்ளும் ஒருத்திக்கும் கிடையாது"

வந்தனாவுக்குக் குளிர் எடுத்தது. இப்படி முகத்தில் அடித்தாற்போல ஒருத்தரால் புகழ முடியும் என்று அவள் நினைத்துக்கூடப் பார்க்க முடியவில்லைதான். அந்த இரவிலும் அவள் முகம் சிவந்துதான் போயிற்று. அப்பா இடைமறித்துச் சொன்னார்.

"அது எப்படி மனோகரன்? அழகே இல்லாத பெண்ணை மேக்கப் ஒன்றினால் மட்டும் அழகாக மாற்றிவிட முடியுமா? ஒன்றை இரண்டாக்கலாமே தவிர, ஒன்றுமே இல்லாததை இரண்டாக்க முடியுமா? மேக்கப் என்ன மந்திரிக்கோலா? தவிரவும் அழகாக இருப்பதுதான் என்ன? அழகு உலகு முழுவதும் ஒன்றாக இல்லையே?"

மனோகரன் பதில் சொல்ல முடியாமல் விழித்தான். ஆனாலும் ஏதோ சொன்னான்.

வந்தனாவுக்கு மட்டும் எரிச்சல் எரிச்சலாய் வந்தது. அப்பா ஏன் அசட்டுத்தனமானக் கேள்விகளையெல்லாம் கேட்டுக்கொண்டிருக்கிறார் என்று தோன்றியது. மனோகரன் சொல்வது தவறாகவே இருக்கட்டுமே, பொய்யாகவே இருக்கட்டுமே, அதனால் என்ன அவை அழகான பொய்கள். மனசுக்குள் இனிமையையும் சந்தோஷத்தையும் மீட்டுகிற பொய்கள். இனிமை தரக்கூடியது. பொய்யாகவே இருக்கட்டுமே? அதை மெய்யாகவேதான் ஏற்றுக்கொள்ள வேண்டும்.

"ஏம்ப்பா... சினிமாவில் நடிக்கிறவங்களுக்குப் பாட்டு, நாட்டியம் எல்லாம் தெரிஞ்சு இருக்கணுமா...?"

"அப்படியொண்ணும் கட்டாயம் இல்லை. நடிகர்களுக்கு, பாட்டு

தெரிஞ்சிருக்க வேணுங்கிற காலம் இருந்துச்சு. இப்போதான் பின் பாட்டுக்காரங்க எல்லாம் வந்துட்டாங்களே... நாட்டியம் ஆடவும் தெரியணுங்கிற கட்டாயமும் இல்லை. பத்மினி ஓகோன்னு இருந்த காலத்திலேயே சாவித்திரியும் பிரமாதமா இருக்கத்தானே செஞ்சாங்க..."

அப்பா மிகச் சரியாக விளக்கிக்கொண்டு போனார்.

நிலைமை தனக்குச் சாதகமாக இருப்பதை மனோகரன் உணர்ந்தான்.

"நடிகைக்கு எதுவுமே தேவையில்லை சார்! அவ பொண்ணா இருந்தா மட்டும் போதும். டைரக்டர் ராமராஜ் எனக்கு நண்பர். எனக்கும் அவருக்கும் 'வாடா, போடா' என்று பேசிக் கொள்கிற அளவுக்கு சினேகம். சமீபத்தில் அறிமுகப்படுத்தியிருக்கிறாரே பார்வதி என்கிற பெண். அந்தப் பெண்ணுக்கு என்ன தெரியும் என்கிறீர்கள். தமிழ் தெரியாது. டான்ஸ் சுட்டுப் போட்டாலும் வராது. முதல் படத்தில் நடித்து முடிப்பதற்குள் அவளுக்கு எத்தனைப் படம் 'புக்' ஆனது என்கிறீர்கள். இருபது படம். ஒரு படத்துக்கு லட்ச ரூபாய். அடையாறில் பங்களா வாங்கிக்கொண்டு செட்டில் ஆகிவிட்டாள் என்றால் பாருங்கள்."

வந்தனாவுக்கும் தானும் பார்வதி மாதிரி ஸ்டாராகி அப்போதே அட்வான்சும் வாங்கி விட்ட நிறைவு ஏற்பட்டது.

இரவு மிக மெதுவாக நடந்துகொண்டிருந்தது.

இரவுக்குக் கால்கள் இல்லை. எங்கோ படித்தது அவளுக்கு நினைவுக்கு வந்தது. மனம் முழுக்க, தான் சினிமா நடிகை ஆகிவிட்டதாகவே அவள் கற்பனை செய்துகொண்டாள்.

அப்பா அதை விரும்புவாரா, என்கிற சந்தேகம் அவளுக்கு ஏற்படத்தான் செய்தது. அம்மா அந்தப் பேச்சை எடுத்த உடனே, அவள் தலைமுடியை இழுத்துப் போட்டு அடிப்பது நிச்சயம்.

மேலே உஷ்ணம் காரணமாக இருக்குமோ என்று ஒரு கணம் நினைத்தாள். தொடர்ந்து அவன் இருமிக்கொண்டே இருந்தான்.

எழுந்து போய் அவனைப் பார்க்க வேண்டும்போல் தோன்றியது. அவனுக்கும் அப்படித் தோன்றி இருக்குமோ என்று யோசனை வந்தது. மனம் குழம்பிப் போய் இருந்தது. இனி உறங்க முடியும் என்று அவளுக்குத் தோன்றவில்லை. எழுந்து காற்றோட்டமாகத் தோட்டத்துப் பக்கம் போகலாம் என்ற எண்ணம் ஏற்பட்டது. அதைச் செயல்படுத்தினாள்.

நள்ளிரவை ஒட்டிய இரவு. கும்மென்று இரவுக்கே உரிய சப்தங்களுடன் தலையைப் பறக்க விடும் அழுத்தமான காற்று சீராக வந்துக்கொண்டிருந்தது. காய்ந்த எப்போதும் குளிர்ச்சியாகவே இருக்கும் துவைக்கல்லின் மேல் அமர்ந்தாள் அவள். வானம் மிகத் தெளிவாக, மேகங்கள் அற்று, ஒற்றை

நிலவோடு விளங்கிக்கொண்டிருந்தது. கட்டற்ற வானம், அவள் மனசுக்குள் ஒரு பாடல் வந்து போனது.

"அன்று வந்ததும் இதே நிலா.

இன்று வந்ததும் இதே நிலா"

தனக்கு மட்டும் கேட்கும் குரலில் அழகாகப் பாடி நிறுத்தினாள் அவள்.

"ரொம்ப அழகாகப் பாடறீங்க" என்ற குரல் கேட்டுத் திடுக்கிட்டுத் திரும்பினாள் வந்தனா. மனோகரன் நின்றிருந்தான். வெட்கத்தில் முழுகி அவள் எழுந்து நின்றாள்.

"இந்த அளவுக்குப் பாடினால் போதும், சினிமாவில் நீங்களே பாடலாம்."

"நிஜமாவா?"

"சத்தியமாகச் சொல்கிறேன். நம்ம டைரக்டர் ராமராஜாவிடம் நானே உங்களை அழைத்துப் போய் விட்டு விடுவேன். அவர் உடனே உங்களுக்கு 'சான்ஸ்' கொடுத்து விடுவார்."

"நிஜமாத்தான் சொல்றீங்களா?"

"சத்தியமா..."

"அப்படீன்னா மெட்ராஸ் போகணுமே..."

"சினிமான்னா, மெட்ராஸ் போய்த்தான் தீரணும்.?"

"அப்பா அனுமதிக்க மாட்டாரே?"

"அப்படீன்னா இப்படியே, இங்கேயே நீங்க இருக்க வேண்டியதுதான்."

"என் இஷ்டம்போல நான் வாழ முடியாதா?"

"என்ன உங்க இஷ்டம்?"

"சினிமாவில் நடிக்கிறது. இல்லேன்னா பாடறது."

"அப்படின்னா என்னோட நீங்க புறப்பட்டுத்தான் தீரணும்."

"ஐயையோ..."

"ஏன் பயம் வந்தனா? நான் உங்களை நேசிக்கிறேன்."

"ஐயையோ..." என்றபடி வந்தனா, தன் முகத்தை மூடிக்கொண்டாள். அப்படி மூடிக்கொண்டால் அதற்கு வெட்கம் என்று பொருளாம்.

"இப்படியெல்லாம் நீங்கள் குழந்தையாய் இருந்தால் எப்படி?

ஒரு பெரிய ஸ்டாராக வர வேண்டிய நீங்கள் இந்தக் குப்பைக் காட்டில் இருந்துகொண்டு என்ன செய்யப் போகிறீர்கள்?"

"இருந்தாலும் உங்களோட எப்படி...?"

"நாம் வடபழனி கோயிலில் கல்யாணம் பண்ணிக் கொள்வோம். கோடம்பாக்கத்தில் ஒரு வீடு பார்த்து உங்களைக் குடித்தனம் வைக்கிறேன்."

"பெரியவர்கள் சம்மதம் இல்லாம..."

"அது பற்றி ஏன் கவலைப்படுகிறீர்கள்? நமக்கென்று ஒரு குழந்தை பிறந்தால், இரண்டு பக்கத்துப் பெரியவர்களும் நம்மை மன்னித்து விடுவார்கள்."

"ஐயோ" என்றபடி மீண்டும் தன் கண்களை மூடிக்கொண்டாள் வந்தனா.

"இப்படியே வெட்கப்பட்டுக்கொண்டு இருந்தால் ஒரு காரியமும் நடக்காது. நான் அடுத்த வாரம் ஊருக்குப் போக வேண்டியிருக்கிறது. அதற்குள் நீங்கள் ஒரு முடிவை எடுக்க வேண்டும்"

"இப்படி அவசரப்படுத்தினால் எப்படி? அப்பாவும் நாளை ஏதோ ஊருக்குப் போகிறார். வர இரண்டு நாள் ஆகும். அவரிடம் பேசித்தானே முடிவெடுக்க முடியும்?"

மனோகரன் யோசித்தான். பிறகு சொன்னான்.

"எனக்கு என்னமோ அப்பா சம்மதம் தருவார் என்று தோன்றவில்லை. நாமே ஒரு முடிவை எடுத்துச் செயல்படுத்துவதுதான் நல்லவழி என்று எனக்குத் தோன்றுகிறது"

அவள் யோசிப்பதாகச் சொன்னாள். அவன், அவள் கையைப் பற்றி அழுத்தமாக ஒரு முத்தம் தந்தான்.

வந்தனா மிகவும் குழம்பித்தான் போனாள்.

அப்பா ஊருக்குப் போய்த் திரும்பி வந்த இந்த இரண்டு நாட்களாய் வேறு மாதிரியாய்த் தெரிந்தார். உம்மென்று முகத்தை வைத்துக்கொண்டு, உத்தரத்தைப் பார்த்துக் கொண்டு காலத்தைக் கழித்தார். அம்மா, வழக்கம்போல அவளை வசை பாடிக்கொண்டே படுத்தும், உறங்கியும், உண்டும் காலத்தைக் கழித்தாள்.

எப்படி ஆரம்பிப்பது என்பது அவளுக்குப் பிரச்சினையாயிற்று. அவள் தோழி கமலா நினைவு வந்தது. கமலாவும் அவள் அப்பா, அம்மாவும் நீண்ட கால நண்பர்களைப்போல, எல்லாவற்றையும்

குறித்துப் பேசுவார்கள். அப்பாவை, ஒரு சினேகிதனைப்போலவே கருதி கமலா பேசுவாள். சேர்ந்து பேசுதல், சேர்ந்து சினிமாவுக்குப் போதல், சேர்ந்து சாப்பிடுதல், சேர்ந்து இருத்தல் என்று அவர்கள் மகிழ்ச்சியுடன் வாழ்க்கையைக் கழிப்பதைப் பார்த்துப் பார்த்து மனம் பொருமி இருக்கிறாள் வந்தனா.

கமலாவைப்போல் வந்தனா இல்லை.

வந்தனாவுக்கும் அவள் பெற்றோர்க்கும் இருக்கும் உறவு அடிப்படையில் அன்புகொண்டதாக இருந்தாலும், அந்தரங்கத்தில் பயமும் அச்சமும் கொண்டது. தந்தை என்கிற அச்சம் அவர் பக்கத்தில் அமரக்கூடாது, அவருக்குச் சரிக்குச் சமமாய் இருந்து பேசக்கூடாது என்றெல்லாம் சொல்லிக் கொடுத்தே பழக்கப்பட்டவள் அவள்.

அந்த அச்சமே அவளுக்கு ஆபத்தாய் வந்து அமைந்தது. மனோகரனுக்கும் தனக்கும் இடையே இருக்கும் உறவைப் பற்றித் தன் வீட்டார்க்குச் சொல்ல வேண்டியது இல்லை என்ற முடிவையே அவள் எடுத்தாள்.

இரவுகளில் ஊரும் மக்களும் உறங்கிய பொழுதில் கிணற்றங்கரை ஓரத்தில், பக்கத்தில் இருக்கும் மகிழ மரத்தடியில் சந்திப்பது என்று வழக்கப்படுத்திக் கொண்டார்கள் அவர்கள்.

அவன் அவளிடம் சொன்னான்!

"நாளை இரவு சென்னை மெயிலில் நாம் புறப்படுகிறோம் வந்தனா. சரியாக ஒன்பது மணிக்கு ரயில் புறப்படுகிறது. நீ, உன் தோழி கமலா வீட்டுக்குப் போவதாகச் சொல்லிவிட்டு ஸ்டேஷனுக்கு வந்துவிடு. நான் ஏழு மணிக்குப் புறப்பட்டு, ஒரு நண்பர் வீட்டில் இருந்துவிட்டு, சரியாக எட்டரை மணிக்கு இங்கு வந்து விடுவேன். ஒன்பது மணிக்குப் பிறகு நம் வாழ்க்கைப் பயணத்தை யார் நினைத்தாலும் தடுக்க முடியாது!"

தயக்கத்துடன் தலையை அசைத்தாள் வந்தனா.

வந்தனா முதல் நாள் இரவே தேடிப்பிடித்து எடுத்த சூட்கேசை, எண்ணெய் போட்டுப் பளபளப்பாகத் தேய்த்துத் துடைத்தாள்.

"எதுக்கடி சூட்கேஸ் உனக்கு?" என்றாள் அம்மா.

"கமலாவுக்கு ஒரு பிரண்ட் இருக்காம்மா, சுமதின்னு. அவளுக்கு வேணுமாம்."

"சரி, ஜாக்கிரதையா திரும்பக் கேட்டு வாங்கி வை." துடைத்தாள். இருப்பதிலேயே சிறந்த துணி மணிகளை எடுத்து வைத்தாள். அப்பாவின் ரகசிய உண்டியலை உடைத்து இருநூறு ரூபாயை எடுத்து வைத்துக்கொண்டாள். சூட்கேசை, மதியத்தில் அம்மா உறங்கும் நேரமாக எடுத்துப் போய் கமலா வீட்டில் வைத்தாள். தெருமுனைப் பெட்டிக் கடையில் வாங்க வேண்டிய பொருள்களை வாங்கி, சாயங்காலம் வந்து எடுத்துக் கொள்கிறேன் என்று கமலாவிடம் சொல்லி வைத்தாள்.

செருப்பை மாட்டிக்கொண்டபோது அம்மா கேட்டாள்.

"எங்கேடி?"

"கமலா வீட்டுக்கு"

அவள் திரும்பி அம்மாவைப் பார்த்தாள்.

"ஏன்டி கண் கலங்குது?"

"தூசி விழுந்திடுச்சி."

அவள் புறப்பட்டாள். ஸ்டேசன் வந்து சேரும்போது அவன் இருந்தான். இதயம் படபடவென்று அடிக்கத் தொடங்கியது. வியர்த்தது. யாரும் பார்க்கக்கூடாது என்று கடவுளை வேண்டிக் கொண்டாள். கடவுள் அவளைக் கைவிடவில்லை.

மணி அடித்து ரயில் நகர்ந்தது.

ஜன்னல் ஓரம் அமர்ந்தாள் அவள். கண்களில் இருந்து கண்ணீர் வழிந்தது அவளுக்கு. இருந்தாலும் தாம் தப்பித்துக்கொண்டோம் என்கிற திருப்தி.

ஓடிக்கொண்டிருந்த வண்டி நின்றது. வண்டி இன்னும் பிளாட்பாரத்தைக்கூடக் கடந்திருக்கவில்லை.

வந்தனா பயத்துடனும் கவலையுடனும் வெளியே பார்த்தாள்.

இரண்டு போலீஸ்காரர்களோடு அப்பா பெட்டியில் ஏறி அருகில் வந்து நின்றார்.

"இவன் தாங்க நான் சொன்ன மனோகரன். பல பெண்களை ஏமாத்தி, சினிமா ஆசைக்காட்டி மெட்ராசுக்கு அழைச்சுக்கிட்டு போய், அவங்களைக் கெடுத்து அப்புறம் வித்துட்டு ஓடுகிறவன். எனக்குச் சந்தேகம், இவன் சொன்ன ஊருக்குப் போயி இவனைப் பற்றி விசாரிச்சுத் தெரிஞ்சுக்கிட்டேன். என் பொண்ணு இவன் மேல ஆசைப்பட்டது, எனக்கு இஷ்டம்தான். பையனைப் பத்தி

விசாரிக்கலாம்னு போறப்போ, இவன் வண்டவாளம் தெரிஞ்சுச்சு. நல்லவேளை ஒருவேளை ஒரு நிமிஷம் தாமதமாயிருந்தா வம்பே நடந்திருக்கும்."

அதிர்ச்சியில் உறைந்து போய் நின்றிருந்த வந்தனா, அப்பாவைப் பாய்ந்து சென்று கட்டிக்கொண்டாள்.

1992

கடன்

குவர்னர் துரைக்கு முன்னால் வந்து நின்றாள் ரங்கம்மாள். நாற்று நடும் பெண்கள்போல் குனிந்து சலாம் பண்ணிக்கொண்டாள்.

"யார் நீ?" என்றார் குவர்னர்.

"சுவாமி, எசமானே! என் பேர் ரங்கம்மாள். கஸ்தூரி ரங்கய்யன் பெண்சாதியாக இருந்தவள் நான்."

"எந்த கஸ்தூரி ரங்கய்யன்?"

"திருச்சியிலே இருக்கப்பட்ட கவி கஸ்தூரி ரங்கய்யன்தான் சுவாமி. புதுச்சேரி அனந்தரங்கம் பிள்ளை பேரிலே பாட்டு பாடினாரே அவர்தான்."

"அவருடன் இப்போ நீ வாழவில்லையோ?"

"இல்லை சுவாமி, அவரைப் பிரிந்து நாலு மாசமாகிறது."

"சரி, உன்னுடைய பிராதுதான் என்ன?"

"ஐயனே, வந்தவாசி திருவேங்கடம் பிள்ளை, என்னிடத்திலே ஆயிரம் வராகன் வாங்கினார். அதற்கான சீட்டை, வீரா செட்டி என்பவன் இடத்திலே எழுதிக் கொடுத்தனுப்பியிருந்தார். நானும் வீரா செட்டியிடத்தில் பணம் கொடுத்து அனுப்பியிருந்தேன். அது ஆச்சு, மூன்று மாதம். பணத்தைக் கேட்டால், அதை நான் அறியேன் என்கிறார். அந்தச் சீட்டு அவர் எழுதியதா அல்லவா, அல்லது சீட்டில் திருவேங்கடம் கையெழுத்து போட்டாரா. அந்தப் பணத்தை எப்போது தரப் போகிறார் என்பதைக் கேட்டுச் சொல்ல வேணும்."

ரங்கம்மாள், தன் பிராதைப் 'பெத்திசியோமாகவே' (விண்ணப்பமாகவே) எழுதிக் கொடுத்தாள். அதை மேலெழுந்த வாரியாகப் படித்த குவர்னர், ரங்கம்மாளைப் பார்த்துக் கேட்டார்.

"நீ பணத்தை யாரிடம் கொடுத்தாய்?"

"வீரா செட்டியிடத்திலே கொடுத்தேன்."

"சரி நீ போ" என்று ரங்கம்மாளை அனுப்பி வைத்த குவர்னர் தன் நயினாரை அழைத்து, "அந்த வீரா செட்டி என்கிறவனை இழுத்து வாரும்" என்று உத்தாரம் கொடுத்தார். அந்தப் படியே ரெண்டு சிப்பாய்கள் அவனை இழுத்து வந்து கோட்டைக்கு மேலண்டையிலே இருக்கிற கிடங்கிலே போட்டார்கள்.

மறுநாள் குவர்னர் துரை, திருவேங்கடம் பிள்ளையை அழைச்சுக்கொண்டு வரச் சொன்னார். பிள்ளை வந்து, துரைக்கு முன் சலாம் பண்ணிக்கொண்டு நின்றார்.

"ஓய் நீர் கஸ்தூரி ரங்கய்யன் பெண்சாதியண்டை ஆயிரம் வராகன் வாங்கினீரா?" என்றார் துய்ப்ளெக்ஸ்.

"பிரபுவே, நான் வராகனைக் கண்டதும் இல்லை, வாங்கினதும் இல்லை" என்றார் பிள்ளை.

"சீட்டிலே நீர் கையெழுத்து போட்டிருக்கிறீரே?"

"அது நான் போட்டது அல்ல. அந்தக் கையெழுத்தை நான் போட்டது என்று தாங்கள் எண்பித்தால், அத்தொகைக்குப் பத்து மடங்காக, வட்டியோட தருவதற்குச் சித்தமாக இருக்கிறேன். அதற்கு மேல், என் தலைக்குத் தண்டமும் பெற்றுக் கொள்கிறேன். ரிஜிஸ்தரில் என் கையெழுத்து இருந்தாலும், தாங்கள் தருகிற எந்தத் தண்டையும் பெறச் சித்தமாக இருக்கிறேன்."

"ரங்கமாளுக்குக் கொடுத்த சீட்டிலே உள்ள கையெழுத்து உம்முடையதா அல்லவா?" என்றார் குவர்னர் கோபமாக.

"இல்லை பெருமானே! நான் கொடுத்ததாக ரங்கம்மாள் சொல்லும் சீட்டை வெளியே போடுங்களேன்"

குவர்னருக்குக் கோபம் வந்து விட்டது.

"அதை நான் என்ன வெளியே போடுகிறது? அதை நான் விசாரித்து விட்டேன். நீர், ரங்கம்மாள் வசம் வராகன் வாங்கினீர் என்று நான் நம்புகிறேன். இன்னும் எட்டு நாளில், அந்தப் பணத்தை அவளிடத்திலே கொடுத்துப் போடும்" என்று உத்தாரம் பண்ணினார் குவர்னர்.

திருவேங்கடம் பிள்ளை, ஊரை விட்டு ஓடிப் போய் விடாமல் இருக்க, அவரை ஒற்றர்களை விட்டுக் காவல் பண்ணினார்கள்.

அவருடைய சினேகிதர், நஞ்சண்டை பிள்ளை அவரைக் கண்டு பேசினார்.

"ஆயிரம் வராகனைக் கொடுத்துப் போடும். என்ன இருந்தாலும் ராசகோபத்தை நம்மைப் போன்றவர்களால் எதிர் கொள்ள முடியுமா?"

அதுக்குத் திருவேங்கடம் பிள்ளை சொன்னார்:

"ஓய், எனக்குப் பணம் பெரிதில்லைஞானும், நாணயம் பெரிசு. குவர்னர் வரைக்கும் வழக்கு போன பின், நான் பணம் கொடுப்பது, நானே என்னை மோசடிக்காரன் என்று எண்பித்துக்கொண்டதுபோல் அல்லவா ருசுவாகும்? நான் கை நீட்டி வாங்கியிருந்தால், அந்தத் தெய்வம் என்னைக் கேழ்க்கட்டுமே"

எட்டு நாள் தவணை முடிந்தது.

காவல்காரர்கள், திருவேங்கடம் பிள்ளையின் வீடு வந்து, "பணம் கொடுக்கிறீரா" என்று கேட்டார்கள். "பணமா, நான் வாங்கி இருந்தால் அல்லவா கொடுப்பதற்கு" என்றார் பிள்ளை. அதன் பிறகு, குவர்னரின் உத்தரவுப்படி தினக்கண்டம் ஆரம்பித்தது. தினக்கண்ட தண்டனையின் படி, பிள்ளையைச் சாப்பிடவும் வெற்றிலைப் போட்டுக்கொள்ளவும் தடை செய்யப்பட்டார். அப்புறம், சாவடிக்கு எதிரே அவரை அழைத்து வந்து, சட்டையை உரிந்து, வெறும் உடம்பில் வெயிலில் நிற்க வைத்தார்கள். மதியம் பதினொரு மணி தொடங்கி மாலை நான்கு வரை, அவர் வெயிலில் நிறுத்தி வைக்கப்பட்டார்.

குவர்னர் துய்ப்ளெக்சின் துபாஷாகவும், தமிழர் தலைவராகவும் இருந்த ஆனந்தரங்கம் பிள்ளை, தம் பாக்கு மண்டியிலே இருந்தபோது, நஞ்சுண்ட பிள்ளை அவரைத் தேடி வந்தார்.

"வாரும் இரும்" என்று நஞ்சுண்டரை வரவேற்று ஓலைத் தடுக்கை எடுத்துப் போட்டார் ரங்கம் பிள்ளை. நஞ்சுண்டர் அமர்ந்தார். வந்தவருக்கு முறுக்கும், பானகமும் வழங்கப்பட்டது. பிள்ளை, பின்னர் வந்தவரிடம் கேட்டார்.

"என்ன சங்கதி? சொல்லு."

"சொல்ல என்ன இருக்கிறது? திருவேங்கடம் பிள்ளையைத் தினக்கண்டம் பண்ணியிருக்கிறதே, கவனித்தீர்களா?"

"சொன்னார்கள். குவர்னர் செய்தது நீதிக்கு விரோதமே, என்னென்ன அக்குறும்பெல்லாம் நடக்கிறது இந்த ஊரில். அதனால்தானே, ஊரார் எல்லாம், புதுச்சேரியில் வீதி ஒழுங்கு, நீதி ஒழுங்கில்லை என்று பேசுகிறார்கள். சுத்த மானக்கேடு" என்றார் துபாஷ் பிள்ளை.

"வழக்கு போட்டிருக்கிற ரங்கம்மாள் ஒரு மோசமான சிறுக்கியாமே"

"அதுலே என்ன சந்தேகம். அவள் புருஷன் கஸ்தூரி ரங்கய்யன், ஒரு கவி. நல்ல மனுஷன். நம் மேல் கவி பண்ணியிருக்கிறான். அந்த கவுரவஸ்தனுக்கு இப்படி ஒரு பெண்சாதி. பாரும் புருஷன் அவளை விலக்கிப் போட்டான். காரைக்காலில் இருந்துகொண்டு, வட்டித் தொழில் பண்ணிக்கொண்டிருந்தாள். செத்த மீன் மிதக்கும் என்ற படி, கெட்டுப் புதுச்சேரி பட்டணம் சேர்ந்திருக்கிறாள். இந்த ஊருக்கு என்ன என்ன அழும்பெல்லாம் வருமோ, கடவுள்தான் இந்த ஊரைக் காத்து ரட்சிக்க வேணும்" என்று சலித்துக்கொண்டார் துபாஷ்.

"பிள்ளைவாள், திருவேங்கடம் பிள்ளை கொஞ்சம் ஸ்திரீ சபலம் கொண்டவரே தவிர, கொடுக்கல் வாங்கலில் ரொம்ப நேரஸ்தர். அவர் ரங்கம்மாளிடத்திலே பணம் வாங்கியவர் அல்லர்."

"அது எனக்கும் தெரியுமே, இல்லாவிடில், அவர் எழுதிக் கொடுத்ததாகச் சொல்லும் சீட்டை, குவர்னர் ஏன் சபையிலே போடவில்லை. குவர்னர் தப்புக்குத் துணை போகிறார். தெரிந்த சமாசாரம்தானே?"

"தாங்கள், ஏதானும் பரோபகாரம் பண்ண வேண்டும். திருவேங்கடம் பிள்ளை ரொம்பவும் சிதைந்து போயிருக்கிறார்"

"பார்ப்போம். கடவுள் கைவிட மாட்டார்" என்றார் துபாஷ் பிள்ளை.

பத்து நாட்கள் சென்றன. திருவேங்கடம் பிள்ளை, அசையாமல் இருந்தார். பட்டினி கிடந்தும், வாய் வெற்றிலையும் போட்டுக்கொள்ளாமலும் இருந்து, "நான் பரிச்சேதம் வாங்கினதில்லை. ஒரு தப்பும் பண்ணினதில்லை. நீங்கள் செய்யறதைச் செய்யுங்கள்" என்றார். அலுத்துப் போன காவல்காரரகள், பெத்திசியோம் எழுதி குவர்னருக்குக் கொடுத்தார்கள்.

குவர்னர், அந்த விண்ணப்பத்தைத் திருவேங்கடம் பிள்ளையின் வீட்டுக்கு அனுப்பி வைத்தார். பெண்டுகள், மற்றும் பெரியவர்கள் அழுதுகொண்டும், கூவிக்கொண்டும், அவர் காலிலே போய் விழுந்தார்கள். திருவேங்கடம் பிள்ளையின் பெண்சாதியிடம் சொன்னார்.

"ஓ, பெண்ணே, திருவேங்கடம் பிள்ளைக்கு இன்னும் மோசமான சிட்சை எல்லாம் பண்ணப் போகிறேன். அவனைக் காப்பாற்ற வேணும் என்றால், நீ ஆயிரம் வராகன் கொடுத்து, அவனை மீட்டுக்கொள்" என்றார். அதற்கு அந்த அம்மாள் சொன்னாள்.

"சுவாமி, என் புருஷனிடத்தில் பணமா இல்லை? இருந்தும், ஏன் கொடுக்க மறுக்கிறார்? கொடுத்தால், அவர் ரங்கம்மாளிடத்தில் பணம் வாங்கினதாக எடுப்பட்டுப் போகுமே. அதனால் அன்றோ, சத்திய சந்தராய் பணம் கொடுக்க மறுக்கிறார். அவரைச் சிறுமைப் படுத்தும் விதமாக, நான் பணம் தரலாமோ? அது ஆகாது" என்றாள் அந்த அம்மாள், தெளிவாக.

துரைக்கு நியாயம் எரிச்சலைத் தந்தது. சேருவைக்காரனையும், பிள்ளையையும் இரண்டு சேவகரையும் அழைப்பித்து, திருவேங்கடம் பிள்ளை குடும்பத்தை அடித்து விரட்டச் சொன்னார். அந்தக் குடும்பம் அடித்து விரட்டப்பட்டது.

திருவேங்கடம் பிள்ளை, ஆறு மாதங்களும், நான்கு நாட்களும் சிறைக் கிடங்கிலே இருந்தார். அதற்கு மேலும் இந்த நிலைமையைத் தாக்குப் பிடிக்க முடியாத குவர்னர் துரை, ரங்கம்மாளையும், திருவேங்கடம் பிள்ளையையும் அழைத்தார். பிள்ளையைப் பார்த்து குவர்னர் சொன்னார்:

"ஓய்! அவளானால் பணம் கொடுத்ததாகச் சொல்கிறாள். நீயோ, வாங்கினது இல்லை என்று சொல்கிறாய். நீ வாங்கினது இல்லை என்று, வேபுரீஸ்வரன் கோயிலிலே தீபத்தை நிறுத்திச் சத்தியம் பண்ணிக் கொடு. வீரா செட்டியும் அந்தப் படிக்குச் சத்தியம் பண்ணிக் கொடுக்க வேண்டும்."

தளவாய் கிரிமாசி பண்டிதரும், அண்ணாமலை நயினாரும், அவர்களுடன் சென்று, சத்தியம் பண்ணிவித்துக்கொண்டு வர வேண்டும் என்று அனுப்பிவித்தார் குவர்னர் துரை.

சிப்பாய்கள் புடைசூழ, ரங்கம்மாளும், திருவேங்கடம் பிள்ளையும் வேதபுரீஸ்வரன் கோயிலுக்குப் புறப்பட்டார்கள். ஊர்வலம், துபாஷ் ரங்கப் பிள்ளையின் பாக்குக் கடையைக் கடந்தது. திருவேங்கடம் பிள்ளை மாத்திரம், ரங்கப் பிள்ளை

கடையிலே இருக்கக் கண்டு, அவரிடம் சென்று நின்றார். அவருக்குப் பேச வாய் வர முடியவில்லை. முகம் கோணியது. துண்டால் முகத்தை மூடிக்கொண்டு அழுதார். பிள்ளை, திருவேங்கடத்தைப் பார்த்துச் சொன்னார்:

“கவலைப்படாதீரும், மனசை இழக்காதீரும். ஸ்திரீ மோகம் காரணமாகவே, உமக்கு இந்தக் கதி நேர்ந்தது. நீர் பணம் வாங்கியதில்லை என்று நான் அறிவேன். சுவாமி முன் சத்தியம் பண்ணிக்கொண்டு, ஊர் போய்ச் சேரும். உமது உத்தியோகம் உமக்குத் திரும்பக் கிடைக்க நானாச்சுது. கவலையை விடும்” என்றார்.

வேதபுரீஸ்வரர் கோயில் சந்நிதிக்கு முன் தீபம் ஏற்றப்பட்டது. அதன் முன் நின்று, திருவேங்கடம் பிள்ளை சொன்னார்:

“நான், இந்த ரங்கம்மாள் இடத்துக்கு மூன்று தரம் போய், இருபத்தொன்பது பணமும், இரண்டு வேளை படி அரிசியும் கொடுத்ததே அல்லாமல், இவளிடம் பணம் வாங்கியது இல்லை. நான் பொய் சொல்கிறவனாக இருந்தால், கங்கைக்கரையிலே இருந்துகொண்டு காராம் பசுவைக் கொன்ற பாவமும், கர்ப்பிணியை மோசம் பண்ணிக் கைவிட்ட பாவமும், நானும் என் புத்திர சந்தானங்களும், என் பரம்பரையும் அனுபவிப்போமாக” என்று சொல்லி தீபத்தை அணைத்து, சீட்டையும் கிழித்தார்.

கூட்டம் கலைந்தது.

தளர்ந்த நடையோடு, திருவேங்கடம் பிள்ளை தன் வீட்டுக்குத் திரும்பினார். அவமானத்தால், அவர் தலை கவிழ்ந்திருந்தது. பசி, பட்டினி, சிறைக் கொடுமையால் அவர் உடல் தளர்ந்திருந்தது. கோயிலின் வாசலில், “ஏங்க, உங்களைத்தானே” என்னும் குரல், அவரை நிறுத்தியது. திரும்பினார். அங்கு, ரங்கம்மாள் நின்றிருந்தாள். அவளிடம் பிள்ளை கேட்டார்: “ரங்கம்மாள்! இந்த அவமரியாதையை எனக்கு என்னத்துக்குக் கொடுத்தாய்?”

“என்னிடத்திலே வந்துகொண்டிருந்த நீர், திடீரென வருவதை நிறுத்திப் போட்டீர்! அந்தக் கோபத்தினாலே, உம்மேலே பழி சொன்னேன். மனசிலே வச்சுக்க வேணாம். வாரும், வீட்டுக்குப் போவோம்” என்றாள் ரங்கம்மாள், சிரித்துக்கொண்டு!

1993

கனவு

படித்து முடித்து விட்டு, நான் வேலை தேடிக் கொண்டிருந்த காலம் அது. வேலை தேவைப்படும் இளைஞர்களுக்கெல்லாம் வேலை கொடுத்து, அவர்களின் திறமையும் இளமையும் துருப்பிடித்துப் போகாமல் தேச முன்னேற்றத்துக்குப் பயன்படுத்திக் கொள்ளுகிற நாட்டில் நாம் பிறக்கவில்லையே. இந்தியாவில்தானே பிறந்திருக்கிறேன். ஆகவே, இருபத்து ஒரு வயதிலும் அப்பா உழைத்துப் போட சாப்பிட்டு, அப்பா கொடுக்கிற பாக்கெட் மணியில் லாண்டரிச் சலவைத் துணிகளை அணிந்து, கான்டிராக்ட்கார நண்பர் ராமுவின் அலுவலகத்தில் அமர்ந்து நான் பொழுதைப் போக்கிக்கொண்டிருப்பேன்.

அப்படியான ஒரு மாலை. எதிர் நாயர் டீ கடையில் இருந்து ஸ்பெஷல் டீ வரவழைத்துக் குடித்து விட்டு, நானும் ராமுவும் சிகரெட் புகைத்துக்கொண்டு அமர்ந்திருந்தோம். ராமு, அவர் தொழிலில் இருக்கும் பிரச்சினைகளைச் சொல்லிக்கொண்டிருந்தார். அப்பொழுது, பார்த்த மாத்திரத்தில் கிராமத்திலிருந்து வருகிறவர் எனும்படி ஒருவர் படியேறி எங்கள் முன் வந்து நின்றார். சுமார் நாற்பத்து ஐந்து வயதினர். கதர் சட்டையும், வேஷ்டியும் தோள் துண்டும் அணிந்திருந்தார். தமிழர்களுக்குரிய அழகிய கறுத்த நிறம்.

"என் பெயர் தென்கொண்டான்... அல்லிக் குளத்திலிருந்து வருகிறேன்" என்று எங்களிடம் தன்னை அறிமுகப்படுத்திக் கொண்டார். "அல்லிக்குளமா அது எங்கிருக்கிறது?" என்று நான்

ஆவலாகக் கேட்டேன். அந்தப் பெயர், ஒரு கவிதை மாதிரி எனக்குள் பல பிம்ப அலைகளை உருவாக்கியது. ஊரின் நடுவே குளம், நீரை மறைத்துக்கொண்டு அல்லிப்பூக்கள், குளக்கரைகளில் வீடுகளை அமைத்துக்கொண்டு வாழ்கிற மக்கள், எவ்வளவு அழகாக இருக்கும்!

"ஆலங்காடு போகிற வழியில், காங்கேயன் பட்டிணத்துக்கு நாலு கல் தள்ளி..."

ராமு பிஸினஸ் பேசத் தயாரானார்.

"உங்கள் ஊருக்கு நான் வந்திருக்கிறேன். ரொம்ப அழகான ஊர், பெரும்பாலும் குடிசைகளும், நாலைந்து மொட்டை மாடி வீடுகளும் உடையது அல்லவா? நல்லது நான் உங்களுக்கு என்ன செய்ய வேண்டும்?"

தென்கொண்டார் முகவாயைத் தடவிக்கொண்டார். மேல் உத்திரத்தைப் பார்த்தபடி சற்று யோசித்தார். அப்புறம் சொன்னார்.

"எனக்கு நீங்கள் ஒரு வீடு கட்டித் தரவேண்டும்"

ராமுவின் முகத்தில் துலாம்பரமாகவே சந்தோஷம் வெளிப்பட்டது.

"அருமையாகச் செய்து விடலாமே! ஏற்கெனவே கட்டி இருக்கிற வீட்டை இடித்துப் புது வீடு கட்டுவதா, அல்லது காலி பிளாட் ஏதேனும் இருக்கிறதா?"

"காலி பிளாட் ஒண்ணு இருக்கு. அதிலேயே கட்டிடலாம்."

"அளவு தெரியுமா?"

"அதெல்லாம் நீங்களே பார்த்துக்குங்க..."

"சரி... நாளைக்கே உங்க ஊருக்கு வர்றோம். பிளாட்டைப் பார்த்து அளவு எடுத்துட்டா, இந்த மாசமே ஒரு நல்ல நாள் பார்த்து வீடு கட்ட ஆரம்பிச்சுடலாம். நீங்க ஏதேனும் பிளான் வச்சிருக்கீங்களா?"

"இல்லை... ஆமா இருக்கு."

"பரவாயில்லை. எதுவானாலும் சொல்லுங்களேன். உங்களுக்கு எப்படி பிடிக்குமோ அது மாதிரி கட்டித் தந்துடலாம்."

அவர் மீண்டும் முகவாயைச் சொறிந்துக்கொண்டார். பிறகு சொன்னார். ஒரு எம். ஜி. ஆர். படத்தின் பெயரைக் குறிப்பிட்டு "அந்தப் படத்தைப் பார்த்திருக்கிறீர்களா?"

"என்ன திடீரென்று சினிமாவைப் பற்றி?"

"சொல்லுங்கள், பார்த்திருக்கிறீர்களா?"

அந்தப் படத்தை நாங்கள் இருவருமே பார்த்திருந்தோம். அதைச் சொன்னோம்.

"வீட்டு நடுவில் இரண்டு பக்கத்திலிருந்தும் படிக்கட்டுக்கள் வைத்துக் கட்டப்பட்ட மாடியைப் பார்த்திருக்கிறீர்களா? எம். ஜி. ஆர். கூட அந்தப் படிக்கட்டில் நின்றுகொண்டு சாட்டையைச் சுழற்றிக் கொண்டே, 'நான் ஆணையிட்டால், அது நடந்து விட்டால்' என்று பாடுவாரே ஞாபகம் இருக்கிறதா?"

"நன்றாக ஞாபகம் இருக்கிறது"

"அது மாதிரி வீட்டுக்கூடத்தில் மாடி வைத்த ஒரு வீடு கட்டிக் கொடுக்க வேண்டும்."

"ஆகா, செய்தால் போயிற்று"

தென்கொண்டார் மிகவும் சந்தோஷமாக விடை பெற்றுச் சென்றார்.

அடுத்த இரண்டாம் நாளே நானும் ராமுவும் அல்லிக் குளம் போனோம். உள்ளங்கை மாதிரி சின்னஞ்சிறு ஊர்தான். வறுமையைக் காட்சிப்படுத்தும் குடிசைகள். போஷாக்கற்ற குழந்தைகள். செம்பட்டைத் தலைமுடிப் பெண்கள். உடம்பு வற்றின மனிதர்கள். மனிதர்களின் கண்கள் நம்பிக்கை வறட்சியால் செத்துக் கிடந்தன. இந்த மனிதர்களுக்கு மத்தியில் வந்து இருக்க நேர்ந்ததே என்று நொந்துகொண்ட ஒரு அம்மன். அவளுக்கென்று ஒரு காரை பெயர்ந்த செங்கல் தெரியும் ஒரு கோயில். கோயிலை ஒட்டிய குளம். குளத்தில் கொஞ்சமே தண்ணீர் இருந்தது. கூம்பியும் கொஞ்சமே விரிந்தும், குடிகாரன் கண்களைப் போன்று சிவந்த அல்லிப்பூக்கள், அதன் மேற்கூரையில் வேட்டைக்குப் புறப்பட்ட போர்ச் சந்ததராய் ஐயனார். கிராமங்கள், அழகு என்று சொல்லப்படுவது, அரசியல் வாக்குறுதியா? ஐயனார் யாரின்மேல் போர் செய்யக் கிளம்புகிறார்.?

ராமு, தன் உதவியாளர்களைக்கொண்டு பிளாட்டை அளந்துக் கொண்டிருந்தார். நான் பூவரச மரத்து நிழலில் நின்றுகொண்டு புகைத்தபடி ஊரை அவதானித்துக்கொண்டு இருந்தேன். மண்

பானையில் நீர் சுமந்து வந்த பெண் ஒருத்தி, அளவு எடுக்கும் காட்சியை வேடிக்கை பார்க்க நின்றாள். சில நிமிஷங்களுக்குள் சிறுவர்களின், வயசாளிகளின் கூட்டம் அங்கு வேடிக்கைப் பார்க்க நின்றது. மற்றவர்களை வேடிக்கைப் பார்த்தே வாழ்நாளைக் கழித்த மக்கள். இவர்கள் மத்தியில் மாடி வீடு கட்டிக் கொள்வதே ஒரு பாவம் என்றுகூட எனக்குத் தோன்றியது.

நிழலில் எங்களுக்கு ஒரு கயிற்றுக் கட்டில் போடப்பட்டது. ராமு தன் டயரியில் கணக்குப் போடத் தொடங்கினார். பிறகு சொன்னார்:

“இந்த அளவு நிலத்தில் நீங்கள் சொன்ன மாதிரியில் வீடு கட்ட சுமார் எட்டு லட்ச ரூபாய் தேவைப்படும்.”

“பத்துவரை போனால்கூடப் பரவாயில்லை. நீங்கள் கட்ட ஆரம்பியுங்கள்.”

அல்லிக் குளத்தில் எங்களுக்கென்று ஒரு சின்ன கல்வீடு ஒழித்துக் கொடுக்கப்பட்டது. வாரத்தில் நாலு நாட்களாவது நாங்கள் கட்டட மேற்பார்வை பார்க்க, அல்லிக்குளம் வருவோம். அப்போதெல்லாம் தென்கொண்டார் வீட்டிலிருந்து எங்களுக்குச் சாப்பாடு வரும். முழு சாப்பாடு. தென்கொண்டார் வீட்டுக் காரியஸ்தன் என்ற பெயரில் சுப்பையன் என்கிற ஓர் இளைஞன் இருந்தான். உணவு மற்றும் எங்களுக்குத் தேவைப்படும் டீ, சிகரெட் ஆகியவற்றை எங்களுக்குக் கொண்டு தரும் பொறுப்பு அவனுடையது. எப்போதும் சாப்பாடு எனில் கோழி, மீன், எறா, முட்டை, கீரை, காய்கறிகள், தயிர், அப்பளம் என்று சம்பூர்ண சாப்பாடாகத்தான் இருக்கும். ஞாயிற்றுக்கிழமைகளில், மாலைகளில் விஸ்கி விருந்து என்று மிக கனமான உபசாரங்களோடு எங்களைப் போஷித்தார் தென்கொண்டார்.

அப்பொழுது நாங்கள் முப்பதுகளிலும், தென்கொண்டார் நாற்பத்தைந்திலும் இருந்தாலும், வயசு எங்களைப் பேதப்படுத்தி விடவில்லை. நெருங்கிப் பழக நேர்ந்தபோது அவரைப் பற்றி கூடுதலாக நான் அறிந்து கொள்ள நேர்ந்தது.

தென்கொண்டார்க்கு ஓர் அண்ணன் இருந்தார். மார்த்தாண்டன் என்பது அவர் பெயராம். அல்லிக்குளத்துக்கு முப்பது மைல்களுக்கு அப்பால் இருக்கும் அழகாபுரியில் அவர் இருந்தாராம்.

பத்துப் பதினைந்து வருஷங்களுக்கு முன் அண்ணனுடன் ஏதோ மனஸ்தாபம் ஏற்பட்டு இந்தப் பக்கம் குடி பெயர்ந்தாராம். அவர் சம்சாரம் பூரணலட்சுமியை நான் சில வேளைகளில் பார்த்திருந்தேன். பார்த்த மாத்திரத்தில் மிக மேன்மையான பெண்மணி என்று சொல்லத்தக்க விதத்தில் அவர் இருந்தார். அவர் எங்களுடன் பேசியதில்லை. இருந்தும் தென்கொண்டாரை இயக்குவது என்னமோ அந்தப் பெண்மணி என்று எனக்குத் தோன்றுவதுண்டு. அவர் பேசுவது அந்த அம்மாளின் மூளை என்றும் எனக்குத் தோன்றியது. இதை அவரிடம் கேட்க முடியுமா? சில விஷயங்கள் வார்த்தைப் படக்கூடாதவை.

பெண் குழந்தை வளர்வது மாதிரி கட்டடம் அவசரமாக வளர்ந்து நின்றது. மேற்பூச்சும், பெயின்ட்டும் மட்டும்தான் பாக்கி என்கிற நிலையில், தென்கொண்டார் பூரணலட்சுமியுடனும் பதினெட்டு வயது மகள் அன்னலட்சுமியுடனும், பனிரெண்டு வயது மகன் இளவரசனோடும் வீட்டைப் பார்க்க வந்திருந்தார்.

வீடு, உண்மையில் மிக அழகாக வளர்ந்திருந்தது. விசாலமான முன் வாசல், உள்ளே பரந்த ஹால், இருபுறமும் தனித்தனியாக சகல வசதிகளும் மிக்க அறைகள், ஹாலில் நடுவில் மண்ணில் இருந்து முளைத்தெழுந்தது மாதிரி மாடிப்படிகள், அதன் முடிவில் மாடி அறைகள், அகன்ற மொட்டை மாடி.

ஒரு பெரிய குடும்பம் மிகச் சௌகர்யமாக வாழும் தரத்தில் அந்த வீடு இருந்தது.

“எப்படி இருக்கு தென்கொண்டார்?” என்றேன்.

“மனசுல இருக்கிற சித்திரவதை, அப்படியே கல்லால் கட்டிக் கொடுத்துவிட்டார் உங்கள் சினேகிதர்” என்றார் அவர்.

அந்த அம்மாள் ஸ்தம்பித்து வாய்பேச முடியாமல் நிற்பதை என்னால் பார்க்க முடிந்தது. என்னவோ, ரகசியங்கள் அவர்களிடம் பொதிந்திருக்கும் என்று எனக்குத் தோன்றியது. அவர்களே சொல்லாமல் நான் கேட்பது எங்ஙனம்?

கிருஹப் பிரவேசத்துக்கு என்னால் இருக்க முடியாத நிலை நேர்ந்தது. இந்தியப் தலைநகரில் எனக்கு ஏதோ ஒரு வேலை கிடைத்து, நான் கிளம்பி விட்டேன். ரொட்டித் தேடி அலைவதுதானே வாழ்க்கையின் பொருள் என்று கூறுகிறார்கள். நான் அழுக்கும் ஆபாசமும் குப்பையும் அநீதியும் சினிமாவும் பல்கிப் பெருகிய நகருக்குள் எனக்கான கூண்டைத்

தேர்ந்தெடுத்துக்கொண்டு வசிக்கத் தொடங்கினேன். என் காலடியில் இன்னமும் ஒட்டிக்கொண்டிருந்த ஊரின் மணல் துகள்களைக் கழுவி விடவில்லை. நாலைந்து வருஷங்களுக்குப் பிறகு என் அம்மாவின் உடல்நிலையை முகாந்திரமாக்கிக்கொண்டு சொந்த ஊர் திரும்பினேன். அன்று மாலையே ராமுவைப் போய் பார்த்தேன். பொதுவான நலன்களைப் பேசி முடித்தபோது எனக்குத் தென்கொண்டார் நினைவு வந்தது.

"தென்கொண்டார் எப்படியிருக்கார்"

"உம்... இருக்கார்."

"அப்படியென்றால்."

"அவருக்கென்ன நன்றாகத்தான் இருக்கார்."

"அந்த வீட்டை நன்கு பராமரிக்கிறாரா?"

"இல்லை. அதை அண்ணனிடம் விட்டுவிட்டு அவர் குடும்பத்தோடு வேறு வீட்டில் வசிக்கிறார்."

"அந்த வீடு அவர் கனவாயிற்றே?"

"கனவு, விடியும் வரைக்கும்தானே! நீயே அவரிடம் பேசு"

மறுநாள் தென்கொண்டாரைப் பார்க்க அல்லிக்குளம் போனோம். ஒரு சின்னஞ்சிறு கல்வீட்டு வெளியில் கயிற்றுக் கட்டில் போட்டு அமர்ந்திருந்தார். கதர்ச்சட்டை வேஷ்டி மழுங்க சிரைத்த முகம். எங்களைப் பார்த்ததும், "வாங்க... வாங்க" என்று மகிழ்ச்சியுடன் வரவேற்றார். பத்திரிகைச் செய்திப் பற்றி ஏதோ பேசினோம். என்னால் பொறுக்க முடியவில்லை. கேட்டேன்.

"என்ன தென்கொண்டார், கனவை நினைவாக்க அரண்மனை மாதிரி வீடு கட்டிவிட்டு, இந்தச் சின்ன வீட்டுக்கு வந்து விட்டீர்களே...?"

"சாப்பிட்டுக்கொண்டே பேசுவோம்" என்றார்.

சின்ன வெள்ளை ரோஜா மாதிரி உலையப்பமும், தேங்காய்ப்பாலும் சுண்ட வைத்த கோழிக் குழம்பும் சாப்பிட்டோம். பூரண லட்சுமி, சித்திரம் மாதிரி எந்த மாற்றமும் இல்லாமல் இருந்தார். முதுமை அவரை விரல் நீட்டித் தொட்ட மாதிரி சற்றே வதங்கிப் போய் இருந்தார்.

தென்கொண்டார் சொன்னார்.

"வீட்டைக் கட்டிப் பார் என்பார்கள். பார்த்துவிட்டேன். இருபது வருஷங்களுக்கு முன்னால், எனக்கும் என்

அண்ணனுக்கும் ஒரு மனஸ்தாபம். அவர் புது வீடு கட்டிக் கிரஹப்பிரவேசம் செய்த அன்றைக்குத்தான் எனக்கும் அவருக்கும் ஏதோ வாய்ச்சண்டை, போடா உருப்படாத பயலே... பன்றிக் குடிசைக்கூட உனக்கு லபிக்காது! அப்படீன்னார். நான் அதைச் சவாலா ஏத்துக்கிட்டேன். பூரண லட்சுமியும், கைக்குழந்தை அன்னலட்சுமியோடும் வீட்டைத் துறந்து புறப்பட்டேன். என் பாகத்துக்கு வந்த நிலத்துல விவசாயம் பண்ணினேன். எல்லாம் நெல்லு போட்டா, நான் கரும்பு போடுவேன். தேக்கங்கன்று ஒரு ரெண்டு ஏக்கர்லே போட்டேன். பதினைந்து வருஷம் தவம் இருந்தேன். மரம் ஒன்று முப்பது நாப்பதாயிரம் போச்சு அள்ளிவிட்டேன் பணத்தை. அண்ணன் சொன்னதை என்னால மறக்க முடியல்லே. பன்றிக் குடிசை இல்லை, அரண்மனைக் கட்டறேன்னு மனசுக்குள்ளே சவால் விட்டுக்கிட்டேன். கட்டியும் முடிச்சேன்.

அவர் எங்கள் இலைகளைப் பார்த்தார்.

“ஆளுக்கு ரெண்டு ஆப்பம் போடும்மா” என்று மனைவிக்குச் சொன்னார். அப்புறம் தொடர்ந்தார்:

“கிரஹப்பிரவேசத்துக்கு அண்ணனைக் கூப்பிட நானும் பூரணமும் பதினைந்து வருஷத்துக்குப் பிறகு சொந்த ஊர் போனோம். அண்ணனைப் பார்த்தேன். அவர் கட்டின புது வீட்டில் அவர் இல்லை. ஒரு சின்னக் குடிசையில் இருந்தார். ஏன்னு கேட்டேன். மது, மாது, சீட்டாட்டம், சூது, எல்லாம்னார். குந்தித் தின்றால் குன்றும் மாறுமே. எனக்கு வருத்தமா இருந்துச்சு. நான் உனக்குச் சாபம் இட்டேன். அது எனக்கே திரும்பிடுச்சு. இப்ப நான்தான் பன்றிக் குடிசையிலே இருக்கும்படி ஆச்சு என்றார். அப்படி பெரியவர் பேசக்கூடாதுன்னேன். அண்ணனும் அண்ணியும் கிரஹப்பிரவேசத்திற்கு வந்தார்கள். மூன்று நாள் இருந்தார்கள். ‘கிளம்பறோம்பா’ என்றார்கள், வேணாம், இதுதான் உங்க வீடு அப்படீன்னேன். ‘என்னப்பா சொல்றே’ என்றார்கள்.

நீங்க இருக்கிற வரைக்கும் இது உங்க வீடு. உங்க ஆயுச்சுக்குப் பிறகுதான் எனக்கு இந்த வீடு. அப்படீன்னேன். அண்ணன் அழுதார்...”

“இப்போ!” என்றேன்.

“அண்ணன் குடும்பம் அங்கே இருக்கு. நான் இங்கே இருக்கேன் அதுதானே நியாயம்”

தென்கொண்டார் எங்களை அந்த வீட்டுக்கு அழைத்துச் சென்றார். சுவர் முழுக்க சாணி வரட்டி, வட்டம் வட்டமாக, ஹால் முழுக்க நெல் காய வைக்கப்பட்டிருந்தது. புழுக்கிய நெல் வாசலில் இரண்டு எருமைகள் கால்வைக்க இடமில்லாமல் சாணி.

"ஐயோ" என்றேன்.

"இல்லை, இது அவர்கள் வாழ்க்கை முறை" என்றார் தென்கொண்டார்.

திரும்பினோம்.

"தென்கொண்டார்! உங்களுக்கு வருத்தம் இல்லையா?"

"இல்லை, வீடு மனிதர்கள் வாழத்தானே, அண்ணன் மனுஷர் இல்லையா?"

"உங்கள் லட்சியக் கனவு?"

"வீட்டைக் கட்டிப் பார்த்தபோது, அது வடிந்து போச்சு. என்ன லட்சியம்? கோபம், வெறுப்பு, பகை எல்லாம் எவ்வளவு அற்பத்தனம்! ராசராசன் எவ்வளவு பெரிய ராஜா? அவன் வீடு இருந்த இடம் யாருக்குத் தெரியும்? அது எங்கே? ஆனா அவன் கட்டின கோயில் மட்டும் ஏன் நிக்குது? தனக்கு என்பது நிலைக்காது. பிறத்தியாருக்கு அப்படிங்கறதுதான் நிக்கும் இல்லையா?"

நான் அவர் கைகளைப் பற்றிக்கொண்டேன்.

1992

காந்த வண்டி

"**க**லிகாலம்தான், வேறே என்ன? கலி முற்றி விட்டது. நான்தான் ரொம்ப நாளாகவே சொல்லிக்கொண்டு வருகிறேனே. இனிமேல்கொண்டு பாருங்களேன்! ஆண்கள் பிள்ளை பெறுவார்கள். பெண்களுக்கு மீசை முளைக்கும். மழை என்கிற வஸ்து இனி எங்கே பெய்யப் போகிறது. மண்ணாங்கட்டியும், தெருப்புழுதியும்தான் இனி மழையாய்ப் பெய்யும். நெல்லும் கொள்ளும் சாமியாய்ப் போகும். மனுஷர்கள், அவர்கள் இரத்தத்தை அவர்களே குடிப்பார்கள்" என்றார் ஜோஸ்யர் அண்ணாசாமி. எதிரே நின்றிருந்த ஊர்த் தலைவர் அம்பலவாணருக்குப் பயத்தால் முகம் வெளுத்து, கிலியடித்துப் போனார்.

"சாமி, எம்மைச் சபிக்கிறீரே?" என்றார் இரக்கம் தோன்ற.

"சபிக்கிறதென்ன? நான் யதார்த்தத்தைச் சொன்னேன். நீர்தான் சொன்னீரே, மாடு இழுக்காமல் ஒரு வண்டி ஓடுகிறது என்று, அது உலகத்துக்கு அழிவு இல்லாமல் வேறு என்ன?"

"வாஸ்தவம்தான் சாமி" என்று ஒப்புக் கொண்டார் அம்பலவாணர். செங்கேணிதான் அந்தச் சேதியைக் கொண்டு வந்திருந்தான். ஏதோ வியாச்சியம் காரணமாக, புதுச்சேரியிலே இருக்கிற வரி வசூலிக்கிறத் தண்டலாதிபரை பார்க்கப் போயிருந்தான் செங்கேணி. புதுச்சேரியில் அவன் மைத்துனன் பச்சை, ஒரு வெள்ளைக்காரனிடத்தில், சமையல் வேலை பார்க்கிற குசினிக்காரனாக இருந்தான். கையோடு கையாய், அவனையும் கண்டு கொள்ளலாம் என்று, பச்சையைப்

பார்க்கப் போனான். செங்கேணி பச்சை, அவனை குவர்னர் மாளிகையண்டைக்கு அழைத்துச் சென்றான்.

"மச்சான்! ஊரிலே ஒரு அதிசயம் வந்திருக்கு, தெரியுமா?" என்றான் பச்சை.

"அதிசயமா, அது என்ன?"

"மாடோ, குதிரையோ, இழுக்காமல் ஓடுகிற ஒரு வண்டி பிரான்சிலேயிருந்து குவர்னருக்கு வந்திருக்கிறது. அதைப் பார்க்கத்தான் உன்னை அழைச்சிக்கிட்டுப் போறேன்."

"மாடு இழுக்காமல், குதிரை இழுக்காமல் ஒரு வண்டியா? என்னப்பா இது கூத்தா இருக்கே" என்று யோசித்துக் கொண்டிருந்தவன், "கண்டுபிடிச்சுட்டேன், மனுஷன் இழுக்கிற வண்டியா இருக்கும்."

"அதுதான் இருக்கவே இருக்கே. இது மனுஷனும் இழுக்காத மாடும் இழுக்காத வண்டி, நாலு சக்கரம் இருக்கும். பொட்டி மாதிரி இருக்கும். வண்டி ஏறி சம்முன்னு குந்திக்கிடனும். ஒரு சூச்சுமம் இருக்குமாம். அந்த சூச்சுமத்தைத் திருகினா, வண்டி தானா ஓடுமாம்."

"மச்சான், விளையாடறியே..." என்றான் செங்கேணி.

"விளையாட்டில்லைங்கறேன். உன் கண்ணாலே நீயே பார்த்தாதான் நம்புவே"

குவர்னர் மாளிகைக்கு முன்னால், பச்சை, செங்கேணியை அழைத்துச் சென்றான். வெள்ளைக்காரர் வீட்டில் குசினி வேலை பார்க்கிற தைரியத்தில், பச்சை, அப்படியாக்கொத்த இடங்களில் புழங்க முடிந்தது. செங்கேணிக்கோ, மச்சான் ரொம்ப கெவுரதையாகத்தான் இருக்கிறான் என்று தோன்றியது.

அவர்கள், துப்பாக்கி ஏந்திய சிப்பாய்க்குச் சற்றுத் தள்ளி பாதுகாப்பான தூரத்தில் நின்றுகொண்டார்கள். அங்கிருந்து காணும் விதத்தில் இருந்தது அந்த வண்டி. ஒரு பெரிய யானைப் படுத்திருப்பது மாதிரி இருந்தது. வண்டிக்கு நாலு சக்கரங்கள் இருந்தன. வண்டிக்குக் காது முளைத்தது மாதிரியும், சிவப்புச் சுரக்காய் மாதிரியும் ஒரு பொருள் இருந்தது.

"செங்கேணி... அது சுரக்காய் இல்லை... அதை அமுக்கினால் சத்தம் வரும்."

"ஓகோ... அந்தச் சூச்சுமம் எங்க வச்சிருக்கு.?"

"பிரிமணை மாதிரி இருக்கே வட்டமா, அதுல வச்சிருக்கு." என்று தெரிந்தவன் மாதிரிச் சொன்னான் பச்சை.

"மாடும் இழுக்காமே, ஆளுகளும் இழுக்காமே, அந்த வண்டி ஓடினதை நீ பார்த்திருக்கியா?"

"பார்த்திருக்கேனே..."

"சத்தியமா?"

"என் ஆத்தா சத்தியமா. என் புள்ளை சத்தியமா!"

செங்கேணியால் நம்பத்தான் முடியவில்லை.

"நானும் பார்க்கணுமே..."

"ஞாயிற்றுக்கிழமையிலே குவர்னர், இந்த வண்டியிலே ஏறிக்கிட்டு வில்லியனூர் போவாரு. அப்போ, தெருவோரமா நின்று பார்த்துக்கலாம். ஆனா ஒன்னு..."

"என்ன?"

"வண்டி உன் கிட்டத்துல வர்றப்போ, பக்கத்திலே, அண்டையிலே இருந்த மரத்தை நீ கெட்டியா பிடிச்சுக்கணும்."

"ஏன்?"

"இல்லாட்டி, அது உன்னை இழுத்துக்கிடும். அது காந்த வண்டி அல்லவா?"

"காந்த வண்டியா?"

"அப்படித்தான் சொல்லிக்கிறாங்க. காந்த வண்டியான தனாலேதான், மாடு இழுக்காமே ஓடுது."

ஒரு மாபெரும் விஷயம் தனக்கு வந்து சேர்ந்த பிரமிப்பில் ஊருக்கு ஓடி வந்தான் செங்கேணி. நேராக ஊர்த் தலைவர் அம்பலவாணரிடம் போய்ச் சொன்னான்.

ஊர், அதுக்குப் பிறகு காந்த வண்டியைப் பற்றியே பேசத் தொடங்கியது. பேசுவதற்கும், பயப்படவும் ஏதாவது ஒரு விஷயம் மனிதர்களுக்குத் தேவைப்படுகிறது. அம்பலவாணருக்கு, இது ஏதோ குட்டிச் சாத்தான் வேலை அல்லது முனி, மோகினி, பிசாசு வேலை என்றே தோன்றியது. இந்த நினைப்பு வளர்ந்து, காற்று கருப்புகூட இந்த வெள்ளைக்காரருக்கு ஆதரவாகச் செயல்படத் தொடங்கியதே என்று இருந்தது. இந்த மாதிரிப் பேய்ப் பிசாசுகள், பிறந்த ஜென்ம பூமியான, இந்த புதுச்சேரிக்கும், இன்னும் இருக்கிற, தமிழ்ப் பிரதேசத்தார்க்கும் பயன்படாமல்,

போயும் போயும் பாஷை தெரியாத வெள்ளைக்காரர்களுக்குப் பயன்படுகிறதே என்ற ஆதங்கம் மிகுந்தது. அதற்கு மேலும், பேய் பிசாசுகளையே வண்டி ஓட்ட வைக்கிற வெள்ளைக்காரனின் சாமர்த்தியத்தை அவரால் வியக்காமல் இருக்க முடியவில்லை. அன்று இரவு படுக்கைக்குப் போகிறபோது, அன்று முனி, காட்டேரி, கருப்பு, பெரிய கருப்பு, சின்ன கருப்பு எல்லோருடைய பெயரையும் சொல்லி வேண்டிக்கொண்டு படுத்தார். எதுக்கு வீண் பொல்லாப்பு. வண்டியையே இழுத்துக்கொண்டு போகிற இந்தக் குட்டித் தெய்வங்கள், அவர் வாழ்க்கைக்கு இன்னலை ஏற்படுத்தாது என்பதற்கு என்ன ஆதாரம்?

ஊரிலே, டேப் தணிகாசலம் என்கிற ஒருத்தர் இருந்தார். மதுரை பாலசாமித் தேவர் சிஷ்யன். ஊருக்குள்ளும், சுற்றுப் பட்டியிலும் என்ன அசம்பாவிதங்கள் ஏற்பட்டாலும், அதைப் பாட்டாகக் கட்டி, புஸ்தகம் போட்டு, டேப் அடித்து, அதைச் சந்தை, கோயில் திருவிழா என்று மக்கள் கூடுகிற இடங்களில் பாட்டாகப் பாடி காசுக்கு ஒரு புத்தகம் விற்றுவிடுவார். அவர், இந்தக் காந்த வண்டி விநோதத்தைக் கேள்விப்பட்டதும், உடனே அதைப் பாட்டாகக் கட்டத் தொடங்கினார். போன மாதம்கூட, தாய் வீட்டுக்குப் போய்த் திரும்பிக்கொண்டிருந்த மனோன்மணியையும், அவளது மூன்று குழந்தைகளையும், திருப்பாபுலியூர் காட்டில், திருடர் வழிமறித்துக் கொன்று போட்ட கொடுமையைக் கொலைகாரச் சித்தாக எழுதி, அவர் விற்ற புத்தகம் நன்றாகவே அவருக்கு வசூலித்துக் கொடுத்தது. ஆகவே இந்தக் காந்த வண்டியை பற்றிய அவர் பாட்டுக் கட்டத் தொடங்கினார்.

“ஏலேலங்கடி பாட்டுப் பாடி
வருகுது பார் ஷோக்கா - வண்டி
வருகுது பார் ஷோக்கா - ஐயையோ
வந்தாச்சு பாரு டோக்கா- பார்த்து
பயந்து போயி பறக்குது பார்
பட்டணத்தண்டங் காக்கா - சனங்க
பார்த்து பயந்து கொடுக்குது கடுக்கா.

முசே மதாம் குஞ்சு குழந்தைங்க
வாராங்க பாரு ஜோரா - சுத்தி
சொலுதாங்க பாரா - குவர்னரு
காலு மேல காலு போட்டு

பார்க்கிறாரு நேரா- சனங்க
பார்த்து மிரளுது பூரா.

காளை கழுதை குதிரை எதுவும்
இழுக்காமே ஓடும் - காந்த வண்டி.
பிரஞ்சிலே பாடும் - எவனும்
குண்டக்க மண்டக்க எதிரிலே வந்தா
குடலை உருவிப் போடும் - அண்ணே
சூச்சுமத்தை மனம் தேடும்.

கோட்டகுப்பம் கோரிமேடு,
வேட்டவலம் போவும் - அப்புறமா
கல்கத்தாவும் மேவும் - அப்புறமா
கண்டம் விட்டுக் கடலைத் தாண்டி
ஆகாயம் மேவும்- நாழியிலே
ஆயிரம் கல்லு தாவும்.

முன்னால ரெண்டு பின்னால ரெண்டு
நாலு சக்கரத் தேரு - இது
வெள்ளைக்காரன் கண்ட தேரு - காதோரம்
பொய்ன் பொய்ன்னு சத்தம் போடற
ரப்பர் சுரக்காய் பாரு - அதைக் கேட்டுகிட்டு
இருந்தாபோதும்.
வேண்டாங்க சோறு - வவுத்துக்கு
வேண்டாம் அண்ணே சோறு.

ஜிலுஜிலுக்கிற தளுக்குத் தனமா
இருக்குங்க பயணம் - காந்த வண்டி
ஓடுற வயணம் - இதன்
சூச்சுமத்தைப் புரிஞ்சுக்கிட
வெள்ளைக்காரன் துணை வேணும் - நமக்கு
விபரீதமாய்த் தோணும்!
மானாமதுரை தணிகாசலம்
பாடுற சந்தப் பாட்டு - உங்க
செவி குளிரக் கேட்டு - அண்ணே
நீட்டுங்க ரூபா நோட்டு - வீட்டுல
அண்ணிமாருக்கும் பாடிக் காட்டலாம்
புத்தகத்தைப் பார்த்து - அண்ணே
வாங்கிட்டுப் போங்க சேர்த்து."

– இப்படியாக 'கலிகாலத்தில் காளை இழுக்காமே ஓடுகிற காந்த வண்டிப் பாட்டு' பிரபலமாகி, கவிராயருக்கு நிறைய வசூல் பண்ணிக் கொடுத்தது.

ஊர்த் தலைவர் அம்பலவாணர் சம்சாரம், சோலையம்மாள் குழந்தையைத் தூக்கிக்கொண்டுப் புறப்பட்டாள்.

"எங்கே கிளம்பிட்டே?" என்றார் அம்பலவாணர்.

"குழந்தைக்கு உடம்பு காயுதில்லே. அதுக்காவ மந்திரிச்சுக்கிட்டு வர்றேன்"

"கையிலே என்ன முட்டை?"

"புத்து மாரியம்மனுக்கு நேர்ந்துக்கிட்டேன். அப்புறம் காந்த வண்டி அம்மனுக்கும், கொழக்கட்டை சாத்தறேன்னு வேண்டிக்கிட்டு இருக்கேன்."

"யாருக்கு?"

"அதான் காந்த வண்டியம்மனுக்கு."

அம்பலவாணர், ரொம்ப யோசனையோடு "செய்யி" என்றார்.

அம்பலவாணர் தலைமையிலே ஜனங்கள் வண்டி கட்டிக்கொண்டு புறப்பட்டார்கள். பெண்கள் எல்லோரையும் பொட்டி வண்டியில் ஏற்றி விட்டு, ஆண்கள் நடந்து பயணப்பட்டார்கள். சனிக்கிழமை, சாயங்காலமாகிக் கொண்டிருந்தது. இருட்டுவதற்குள் அவர்கள், புதுச்சேரியைச் சேர்ந்துவிட வேண்டும். வண்டியின் கீழே கட்டிய லாந்தர் விளக்குகள், அசைந்து அசைந்து, மாடுகளின் கால் நிழலங்களில் நசுங்கியபடி வெளிச்சம் தந்துகொண்டிருந்தன. ஓதியஞ்சாலையில் இருந்த வெளியில், வண்டி மாடுகளை அவிழ்த்து வைக்கோல் வைத்து, தண்ணீர் காட்டினார்கள். பெண்கள் கொண்டு வந்திருந்த கட்டு சாத மூட்டைகளைப் பிரித்துப் பரிமாற எல்லோரும் உண்டார்கள். வண்டிக்குக் கீழேயே, தண்டை விரித்து படுத்து உறங்கினார்கள்.

ஓதியஞ்சாலைப் பக்கத்துப் பிரமுகர் ஒருவர், அம்பல வாணரைப் பார்த்துக் கேட்டார்:

"எந்த ஊர் சனங்க?"

"காவாப்பட்டுங்க"

"எங்க இப்படிப் பயணம்?"

"நாளைக் காலமே, ஞாயிற்றுக்கிழமை, காந்த வண்டியிலே குவர்னர் பயணம் போவாராமே... அதைப் பார்க்கத்தான் வண்டி கட்டிக்கிட்டு வந்திருக்கோம்."

"நல்லா பாருங்க. இந்த வழியாகத்தான் காலமே குவர்னர் வில்லியனூரு போவாரு. நல்லா பார்க்கலாம். ஆனா சாக்கிரதை. பேய், பிசாசு இழுக்கிற வண்டி. எதுக்கும் குழந்தைகளை இறுக்கிப் பிடிச்சுக்கிறது நல்லது."

"சரிங்க ஐயா..." முந்தின நாள் மாலை தொடங்கியே வில்லியனூர் தெருவோரம், பச்சை, மஞ்சள், ரோஸ், ஊதா கலர் சர்ப்பத்தும் குடை ராட்டினமும் வந்துவிட்டிருந்தன.

விடிந்ததும் குளித்து முழுகி, எல்லோரும் வில்லியனூர் வீதியண்டைக் குழுமி நின்றுகொண்டார்கள். எல்லோர் பார்வையும், கடலைப் பார்த்தே இருந்தது. "குவர்னர் கடற்கரைப் பக்கம் இருந்துதானே வருவாரு..." என்று ஒருவர்க்கொருவர் பேசிக்கொண்டார்கள். சுமார் பதினொரு மணியைப்போல, ஒரு சித்தானைக் குட்டி ஆடி அசைந்து வருகிறதைப்போல, மோட்டார் வண்டி தெருவில் வந்ததைக் கண்டார்கள். உருண்டு உருண்டு, அது கன்னங்கருப்பாக வந்துகொண்டிருந்தது. எல்லோரும் "சாமி" என்று கூவியபடி தம் பக்கத்தில் இருந்த மரங்களைக் கெட்டியாகப் பிடித்துக்கொண்டார்கள். காந்த வண்டி இழுத்துவிடக் கூடாதல்லவா?

பெரும் சத்தத்துடன் 'கடகட' என்கிற பேரிரைச்சலோடு, புகையைக் கக்கியபடி நகர்ந்து அவர்களைக் கடந்தது. வண்டி தூரம் சென்று நகர்ந்ததும், அவர்கள் மரங்களை விடுத்து வெளிப்பட்டார்கள். அம்பலவாணர், தம் குடும்ப அங்கத்தினர்கள் எண்ணி, யாரும் காந்த வண்டியால் இழுத்துக் கொள்ளப்படவில்லை என்று ஊர்ஜிதம் செய்துகொண்டு மகிழ்ச்சியடைந்தார்.

"சோலையம்மா, ஒன்னும் ஆயிடலையே..."

"இல்லை ஒன்னும் ஆகல்லை."

"குழந்தைக்கு ஒன்றும் ஆகல்லையே..."

"ஆகல்லே... சுரம்கூட விட்டுப் போச்சு. கொழக் கட்டை பண்ணிக் காந்த வண்டி அம்மாளுக்குப் படைக்கோனும். அம்மா பார்வை பட்டதுமே சுரம் விட்டுப் போச்சு."

அம்பலவாணர் செங்கேணியிடம் சொன்னார்:

"தெய்வ சக்தி தான்டா இது! வேற ஒன்னும் இல்லை. பாரு வெள்ளைக்காரன், தெய்வங்களை வசியம் பண்ண ஆரம்பிச்சுட்டான்"

செங்கேணி கன்னத்தில் போட்டுக்கொண்டான்!

காந்த வண்டியைத் தரிசித்த திருப்தியில், சனங்கள், பொரி கடலை, மிட்டாய் எல்லாம் வாங்கிக்கொண்டு ஊருக்குத் திரும்பினார்கள்.

1993

கூண்டும் குழந்தையும்

நண்பர் வீட்டுக்கு நானும், என் மனைவியும் சென்றிருந்தோம். எங்கள் மகன் குமாரும், எங்களுடன் வந்திருந்தான். நண்பர் வீட்டு வரவேற்பறையில் ஒரு மீன் தொட்டி இருந்ததைக் குமார்தான் முதலில் கவனித்தான். பல சமயங்களில் நண்பர் வீட்டுக்கு நான் வந்திருந்தபோதும் மீன் தொட்டி என் கவனத்தில் விழவில்லை. குமார் வரவேற்பறைக்குள் நுழைந்த மறுகணமே அந்தத் தொட்டியைப் பார்த்துவிட்டு அதன் அருகில் போய் நின்றிருந்தான். சற்று பெரிய தொட்டித்தான். அது தங்க மீன்கள், நீலமும் கறுப்புமான மீன்கள், கன்னங்கரேல் என்றிருந்த மீன்கள் என்று பலவிதமான மீன்கள்! பச்சை செடி, கொடிகளினூடே நீந்துவதே அழகாக இருந்தது.

குமாரின் ஆர்வத்தைக் கவனித்து விட்ட நண்பர், "பையனுக்கு மீன் ரொம்ப பிடிச்சிட்டது மாதிரி இருக்கே. உங்க வீட்லேயும் ஒரு தொட்டி ஏற்பாடு பண்ணிருங்களேன்" என்று என்னைப் பார்த்துச் சொன்னார்.

"எவ்வளவு ஆகும்?"

"என்ன ஒரு தொள்ளாயிரத்து சில்லறைதான் ஆகும்" என்றார் நண்பர்.

எனக்கு 'பக்' என்றது. தொள்ளாயிரத்துச் சில்லறை என்பது என் சம்பளத்தில் மூன்றில் ஒரு பகுதி. சரியாகச் சொன்னால், கிடைப்பதில் பாதி.

நண்பர் வீட்டிலிருந்து திரும்பும்போது குமார் கேட்டான் "அப்பா மீன் தொட்டியை நம்ம வீட்ல எந்த எடத்துல வச்சா நல்லாயிருக்கும்?"

ஆக, குமார் மீன் தொட்டியை வாங்கி வைத்து விடுவது என்று முடிவிற்கு வந்து விட்டது தெரிந்தது. ஆனால், அது ஆயிரம் ரூபாய் செலவு என்பதை அவன் அறியவில்லை. என் மனைவியும், மீன் தொட்டி வைக்கலாம் என்றே சொன்னாள்.

“மீன் தொட்டி வரவேற்பறையில் இருப்பது ஒரு கௌரவம்! நாலு பேர் வந்தால் மதிப்பாக இருக்கும். முன்னேறிய குடும்பங்களின் முன்னேற்றத்தை விளம்புகிற அடையாளம், மீன் தொட்டி” என்று என் குடும்பத்தினர் அபிப்பிராயப்பட்டார்கள்.

“குழந்தை வீணே வெயிலில் ஆடி கறுத்துப் போவது குறையும். தெருப் பையன்களுடன் சேர்ந்து கெட்டுப் போகிறது. வீட்டில் ஒரு மீன் தொட்டி இருந்தால் பையன் வேடிக்கைப் பார்த்துக்கொண்டு வீட்டிலேயே இருப்பான்.” என்றெல்லாம் பலவிதமான நியாயங்களை எல்லோரும் அவரவருடைய கண்ணோட்டத்தில் சொன்னார்கள்.

ஆகவே, கடைசியாக மீன்தொட்டி வைப்பது என்று முடிவாயிற்று. குமாருக்கு அது ஒரு விளையாட்டுச் சாதனம். எங்கள் குடும்பத்தார்க்கு அது கௌரவச் சின்னம்.

தொட்டி வாங்கப் போன இடத்தில்தான் என் இயலாமை எனக்கே தெரிந்தது. ஆயிரத்து ஐநூறு, இரண்டாயிரம், ஆயிரம், ஐநூறு என்று தெட்டிகள் பல தரத்தில் இருந்தன. அந்தப் பெட்டிகளுக்குள் வைக்கப்படும் செடிகள், மோட்டார், அந்த மோட்டாரின் விசையால் இயங்கும் பலவிதமான பொம்மைகள் என்று தொட்டதற்கெல்லாம் விலை இருந்தது. சாதாரண விலையில்லை, பெரிய விலை. என்னையே நான் விற்றுக்கொண்டால்கூட அடைய முடியாத விலை.

குமாரும் என்னுடன் வந்திருந்தான். அவனுக்கு இருப்பதிலேயே பெரிய தொட்டித் தேவைப்பட்டது. ஓர் ஆள் நன்றாக நீட்டிப் படுத்துக்கொள்கிற அளவுக்கு இருந்தது அந்தத் தொட்டி. விலை பிரும்மாண்டமாய் இருந்தது.

“என்னத்துக்கு இவ்வளவு பெரிய தொட்டி. அது விட்டுக்கு அழகாய் இருக்காது. அத்துடன் நம் வீட்டு வரவேற்பறை அத்தனை பெரியது அல்ல” என்று நான் என் மகனுக்குச் சொன்னேன்.

“அப்படின்னா நாம வீட்ட மாத்திக்கிடுவோம்” என்றான் அவன்.

அது சாத்தியமில்லை என்பதை அவனுக்கு என்னால் விளங்க வைக்க முடியவில்லை. ஆகவே, ஒரு சின்ன 'டிரங்க்' பெட்டி அளவுக்கு உள்ள கண்ணாடித் தொட்டியை வாங்கினோம். அதில் வைப்பதற்கு விசித்திரமான சின்னஞ்சிறு செடிகள், பாசிகள், இரண்டு ஜோடி தங்க மீன்கள், இரண்டு சோடி கறுப்பு மீன்கள் என்று வாங்கினோம். மீன் உணவு, இரண்டு விதமான தரத்தில் இருந்தது. ஒன்று கடைக்காரர்களே செய்து விற்பது. மற்றொன்று, வெளிநாட்டிலிருந்து செய்து வரும். நான் 'இந்தியனாக' இருக்க விரும்பினேன். ஆனால் என் மகனோ வெளிநாட்டுப் பொருளுக்கு ஆசைப்பட்டான். கடைசியில் இளைய தலைமுறையே வென்றது.

சுமார் ஐநூறு ரூபாய் செலவானது குறித்து மனம் ரகசியமாக அழுதாலும், என் குடும்பத்தார் மிகுந்த சந்தோஷத்திற்கு உள்ளானார்கள். வீட்டிற்குச் சென்றதும் ஒரு புதிய பிரச்சினை உருவாயிற்று. வரவேற்பறைக்குள் (அப்படி ஓர் அறை இல்லை, கதவை ஒட்டி செருப்பு, மற்றும் சைக்கிள் விடுகிற ஒரு சின்னஞ் சிறு இடத்தைத்தான் நாங்கள் வரவேற்பறை என்கிறோம். இது ஓர் உபசார வழக்கு) தொட்டியை எங்கே வைப்பது என்பதுதான் அந்தப் பிரச்சினை.

தரையில் வைக்க முடியாது. அதற்கென்று ஒரு சின்னஞ் சிறு மேசை வேண்டும். ஆக, ஒரு மேசையும் வாங்க வேண்டும். உடனடியாக ஒரு மேசை வாங்குவது என்பது முடியாத காரியம். நாங்கள் சாப்பிடுவதற்கும் குமார் எழுதுவதற்கும் என்று எங்கள் வீட்டில் ஒரு மேசை இருந்தது.

குமார், தான் தரையில் உட்கார்ந்து படிப்பது, புது மேசை வருகிற வரைக்கும் நாங்கள் தரையில் உட்கார்ந்தே சாப்பிடுவது என்றும் தீர்மானம் செய்துகொண்டு, அந்த மேசையைப் போட்டு அதன் மேல் தொட்டியை வைத்தோம்.

குளோரின் கலந்த நீர், மீனுக்கு ஆகாது என்பதால் என் மனைவி பக்கத்து வீட்டுக்குச் சென்று கிணற்று நீரைச் சேந்தி எடுத்து வந்தாள். அந்த நீரைத் தொட்டிக்குள் விட்டு, பிளாஸ்டிக் பைகளில் வாங்கி வந்திருந்த மீன்களை அதில் விட்டோம். செடிகளைப் பரப்பினோம்.

அழகாய்த்தான் இருந்தது. தங்க மீன்களும் கறுப்பு மீன்களும் தொட்டிக்குள் நீந்திக்கொண்டு வளைய வளைய வருவது அழகாகவே இருந்தது. செடிகளுக்கு ஊடாக அந்த மீன்கள் புகுந்து

வருவது, அவைகளுக்கு ஓர் இயற்கையான சூழலை ஏற்படுத்தும் என்று நாங்கள் நம்பினோம். ஆனால் குமாருக்கோ முழுமையான மகிழ்ச்சி இல்லை. காரணம், தொட்டிக்குள் மோட்டார் இல்லை. மோட்டாரால் இயங்கும், விதவிதமான பொம்மைகளும் இல்லை.

"கூடிய சீக்கிரத்திலேயே மோட்டாரும் பொம்மைகளும் வாங்கித் தருவேன்" என்று நான் உறுதிமொழி கொடுத்தேன். அதற்குப் பின்னால் குமார் அமைதி அடைந்தான்.

குமாருக்கு ஒரு புதிய உலகம் கிடைத்தது. காலையில் தூங்கி எழுந்ததும், தொட்டிக்கு முன்னால் கண் விழித்தான். தான் சாப்பிடுவதற்கு முன்னால் மீனுக்கு, தானே தீனி போடுவேனென்று அடம் பிடித்துத் தீனி போட்டான். நிறைய தீனி போட்டால், மீன் செத்துப் போய்விடும் என்று நாங்கள் எச்சரித்தாலும் அதை அவன் ஏற்கத் தயாராக இல்லை.

மாலை வேளைகளில் நான் உலாவப் போவது வழக்கம். குமாரும் என்னுடன் உலாவ வந்தான். நாங்கள் உலாவும் பாதையில்தான் வண்ண மீன் கடையும் இருந்தது. குமார் தன்னிச்சையாகக் கடைக்குள் நுழைந்து புதிதாக ஒரு ஜோடி மீனை வாங்க வேண்டும் என்று தீர்மானமாகச் சொன்னான். ஒரு ஜோடி மீன் குஞ்சுகள் பத்து ரூபாய்க்குள்தான் பெரும்பாலும் இருந்தன. அவ்வப்பொழுது இப்படியாக மீன்கள் சேர்ந்து தொட்டி நிறைய மீன்கள் வந்து விட்டன.

ஒரு நாள் காலை, "அப்பா! அப்பா! ஒரு மீன் செத்துப் கிடக்கு!" என்று சொல்லிக்கொண்டு குமார் என்னை எழுப்பினான். தொட்டியில் ஒரு மீன் செத்துக் கிடந்தது. உள்ளே வேறு ஒரு குறிப்பிட்ட மீன், மற்ற மீன்களை விடாது துரத்தித் துரத்தி விரட்டிக்கொண்டிருந்தது.

"இதுதான் ஃபைட்டர் ஃபிஷ். எப்பவும் சண்டை போட்டுக் கிட்டே இருக்கும். இந்த மீன்தான் அதைச் சாகடித்து விட்டது" என்று குமார் சொன்னான்.

செத்த மீனை அப்புறப்படுத்திக்கொண்டே "இப்ப என்ன செய்யலாம்?" என்றேன்.

"புதுசா ஒரு தொட்டி வாங்கி, ஃபைட்டர் மீனை மட்டும் அதுலே விட்டுவிடலாம்" என்றான் குமார், சர்வ சாதாரணமாக.

"பார்க்கலாம்" என்றபடி செத்த மீனை குப்பைத் தொட்டியில் கொண்டு போய்ப் போட்டேன். ஒரு மீனை அனாவசியமாகக் கொன்று போட்டோமே என்ற குற்ற உணர்வு மனசை உறுத்தியது.

பிரபஞ்சன் | 99

குமாருக்கு இப்போதெல்லாம் நிறைய கேள்விகள் உருவாகத் தொடங்கியிருந்தன.

"மீன் எத்தனை மணிக்குத் தூங்கும்? எப்போது எழும்?"
"மீன் என்னென்ன சாப்பிடும்?"
"மீன் பேசுமா? பேசினால் எப்படிப் பேசும்?"
"மீன் குட்டியை அதோட அப்பா, அம்மா திட்டுவாங்களா?"
"மீன் டி. வி. பார்க்குமா? ரேடியோ கேட்குமா?"
"மீன் எப்போது குட்டிப்போடும்?"

நான் இது போன்ற கேள்விகளையெல்லாம் சிந்தித்து அதற்கான பதில்களைத் தயார் செய்ய வேண்டியிருந்தது. யோசிக்கையில் இவை சாரமுள்ள கேள்விகளாகப் பட்டன. மீன்களாகிய நம் சக ஜீவன்கள் எப்படி வாழ்கின்றன? என்ன யோசிக்கின்றன? என்பது போன்ற கேள்விகள் சிந்திக்கத்தக்கவை. இந்த உலகம் மனிதர்களுக்கு மாத்திரம் சொந்தம் அல்லவே?

தொட்டி நிறைய மீன்கள் சேர்ந்து விட்டிருந்தாலும், குமாருக்குத் திருப்தி இல்லை. ஏனெனில் அதில் மோட்டார் இல்லை. ஆகவே, ஒரு மோட்டார் வாங்கி தொட்டிக்குள் வைத்தோம். ஒரு மனிதன் கையில் வலையோடு மீன் பிடிப்பதுபோல ஒரு பொம்மையையும் அதில் இணைத்தோம். மோட்டார் விசையின் காரணமாகத் தொட்டிக்குள் அலைகள் எழுந்தன. கடலுக்குள் (அ) ஓர் ஏரிக்குள் மிதப்பதுபோல மீன்களுக்குத் தோன்றும். அவ்வாறு தோன்றும் படி நாங்கள் செய்தோம். மீன்களை அப்படி நம்ப வைக்க, நாங்கள் முயற்சி செய்தோம்.

குமார் தொட்டியையும், எழும்பும் செயற்கை அலைகளையும் கண் கொட்டாமல் பார்த்துக்கொண்டு நின்றான். நாங்கள் மாலை உலாவலுக்குப் புறப்பட்டுக்கொண்டிருந்தோம்.

குமார் மணியாவுது பார்! புறப்படு, அப்புறம் வந்து மீனைப் பார்த்துக்கலாம்"

"குமார் எங்களுடன் புறப்பட்டான். சந்து திரும்பி நாங்கள் மெயின் ரோட்டிற்கு வந்திருந்தோம்.

"அப்பா, மீன் வாக்கிங் போகுமா?"

"எப்படிப் போகும்? போனால் தொட்டிக்குள்ளேயேதான் போக முடியும்"

"அப்படீன்னா மீனுக்கு கஷ்டமா இருக்காதா? மீன் நம்மளை திட்டாதா?"

“திட்டும்தான்”

அதன் பிறகு நான் பேசாமலேயே என் நடையைத் தொடர்ந்தேன். தொட்டிக்குள் இருக்கும் மீன்களெல்லாம் ஒன்று சேர்ந்து என்னைத் திட்டுவது போலவும், அவைகளின் சுதந்திரத்தை நான் பறித்துக்கொண்டு விட்டதைபோலவும் எனக்குள் நான் நினைத்துக்கொண்டேன். அதனால் நான் குற்றம் செய்து விட்டதைப்போல் உணர்ந்தேன். ஒரு குழந்தையின் சந்தோஷத்துக்காக பல மீன்களை அடிமைப்படுத்துவது என்ன நியாயம் என்று எனக்குத் தோன்றியது.

“மீன்களெல்லாம் நம்மை எதுக்குத் திட்டணும். அதுகளை சுதந்திரமா விடாம நாம்ப எதுக்கு அடக்கி வைக்கணும்?” குமார் தெளிவாகச் சொன்னான்.

“அதெல்லாம் இல்லைப்பா!” மீன் நம்மளைத் திட்டாது.”

ஆரம்ப காலத்தில் தொட்டிக்குத் தண்ணீர் மாற்றும் பொறுப்பு என் மனைவியைச் சார்ந்ததாக இருந்தது. அதை அவளும் சந்தோஷமாகச் செய்தாள். வாரத்தில் புதன் கிழமையும், ஞாயிற்றுக் கிழமையும் தண்ணீர் மாற்றுவது என்று வைத்திருந்தோம். அப்படி மாற்றியதால் தொட்டி சுத்தமாகி மீன்கள் ‘பளீர்’ என்று தெளிவாகத் தெரிந்தன. பிறகு ஞாயிற்று தோறும் தண்ணீர் மாற்றுவது என்று ஆயிற்று.

கலங்கலாக இருக்கும் தொட்டித் தண்ணீரைப் பார்த்து, “என்ன இந்த வாரம் தண்ணீர் மாத்தலயா?” என்று நான் கேட்டபோது “நேரம் ஒழியல” என்று என் மனைவி சொல்லத் தொடங்கினாள். உண்மைதான். ஊரிலிருந்து அவள் சகோதரி வந்திருந்தாள். மூன்று மாதம் தங்கி பிரசவம் பார்த்துக்கொண்டு அவள் போவதாக ஏற்பாடு. நீர் மாற்றும் காரியத்தை நான் செய்திருக்க வேண்டும். வேலைப் பளுவில் முழுகி விட்டதால் அது சாத்தியப்படவில்லை. குமார் அதைச் செய்திருக்கலாம். ஆனால் மேசையிலிருந்து தொட்டியை இறக்கி வைத்து நீர் மாற்றுவது அவனால் முடியாது.

அன்று காலை விழிக்கும்போதே குமார் அந்தச் செய்தியைக் கொண்டு வந்தான். புதிதாக வாங்கி விட்டிருந்த இரண்டு, பெரிய தங்க மீன்களும் இறந்து விட்டிருந்தன. தொட்டியைச் சென்று பார்த்தேன். தண்ணீர் குழம்பிப் போய் அழுக்காகி இருந்தது. பக்கத்தில் ஆர்லிக்ஸ் பாட்டிலில் போட்டு வைத்திருந்த ஃபைட்டர்

மீன் மட்டும் அலைமோதியபடி சுற்றிக்கொண்டிருந்தது. அன்று மாலையே, மீன் விற்பவரிடம் இதைப் பற்றிப் பேசினேன். வண்ண மீன்களுக்கெல்லாம் தினசரி தண்ணீர் மாற்ற வேண்டும் என்று சொன்னார். நான் என் மனைவியிடம் இதைப் பற்றிச் சொன்னேன்.

"எனக்கிருக்கிற வேலையில் இதெல்லாம் என்னால் ஆகாது. முடிஞ்சா நீங்களே தண்ணீர் மாத்திக்கோங்க."

தண்ணீர் மாற்றுவதுகூட எனக்குப் பிரச்சினையாகப் படவில்லை. எங்கள் சந்தோஷத்திற்காக வாங்கி வந்த மீன்கள், என் கண் முன்னாலேயே சாவதுதான் எனக்குப் பெரிய சங்கடமாக இருந்தது. எங்கள் பொருட்டு மீன்கள், எங்கள் சந்தோஷத்துக்காக மீன்கள், எங்கள் கௌரவத்துக்காக மீன்கள் என்று நினைக்கிற எங்கள் எண்ணத்துக்கு ஒரு சவால் விடுவதுபோலவும், எங்களை மறுதலிப்பதுபோலவும் அந்த மீன்கள் செத்துப் போவதாக நான் கருதினேன். அதுவே எனக்குத் துக்கமாக இருந்தது. ஆனால் குமாரிடம் வேறு வகையான தீர்வு இருந்தது.

"இன்னும் இரண்டு புதுசா கோல்டன் ஃபிஷ் வாங்கி விட்டுரலாம்பா" என்றான் அவன்.

"மீன் எல்லாம் செத்துக்கிட்டே இருக்கே குமார், பாவமா இல்லையா?"

"அப்போ, நீயே தண்ணி மாத்து."

அவனது தீர்வு சரியாகத்தான் இருந்தது. மீன் வளர்ப்பதை விடாமல், அதே சமயம் அவை சாகாமல் இருக்கவுமான வழியை அவன் சொன்னான். நானும் அதைக் கடைப்பிடிப்பது என்று முடிவெடுத்தேன்.

என் மனைவியின் சகோதரி மீனா, சிரமப்பட்டாள். இருப்பது, எழுவது, நடப்பது, படி ஏறுவது எல்லாமே அவளுக்குச் சிரமமாக இருந்தது. ஆனால் அது அழகான சிரமமாக இருந்தது. அந்தச் சிரமத்துக்காக அவள் ஒருபோதும் நொந்துக்கொள்ளவில்லை. ஜனனம் மிகுந்த சிரமம் தரக்கூடியது போலும். அப்படியிருந்தும் மீனா எனக்கு மீன் விஷயத்தில் உதவி புரிய முன் வந்தாள்.

தினமும், நானும் அவளும் தொட்டியை இறக்கித் தண்ணீர் மாற்றுவோம். தீனி போடுவோம். பொன் மீன்கள் ஆரஞ்சுத் தோலைப்போல மின்னும். கறுப்பு மீன்கள், புருவங்கள் இரண்டு நீந்துவது மாதிரி காணும். எனக்குப் பல வேளைகளில். அவைகளை நாம் இம்சை செய்கிறோமோ என்று தோன்றிக்கொண்டேயிருந்தது.

"அந்த ஆறு மீன்கள் எங்கள் வீட்டில் இருப்பதில் உண்மையில் மகிழ்ச்சி அடையுமா? அந்தச் சின்னஞ்சிறு தொட்டிக்குள் அவைகளின் உலகத்தைக் குறுக்கியமைக்காக என் மேல் வருத்தம் கொள்ளுமா? அவைகளின் சுதந்திரத்தை எங்களின் சந்தோஷத்துக்காக வரம்பு கட்டியமைக்காக நோகுமா? எனக்குத் தெரியவில்லை. அவைகளின் பாஷையை நானும் என் மொழியை அவைகளும் அறிய முடியாமைதான் சோகம்.

என் மனதைப் புரிந்துக்கொண்டவளைப்போல மீனா, "இதுக்கெல்லாம் கவலைப்பட வேண்டாம். மீன் அப்படியெல்லாம் யோசிக்காது மாமா…" என்றாள்.

"அது எப்படி உனக்குத் தெரியும்?"

அவள் சிரித்தாள். அந்த வாரம்தான் யாரோ ஒரு பெண்ணைக் காதலித்தான் என்பதற்காக, ஒரு தாழ்த்தப்பட்ட பையனை அடித்தே கொன்றார்கள் என்ற செய்தி தினசரிகளில் வந்தது. அமெரிக்காவில் ஒரு கறுப்பு மனிதனை வெள்ளை போலீஸ்காரர்கள் மிருகத்தனமாகத் தாக்கியிருந்தார்கள். இது போன்ற செய்திகளைப் படிக்கும்போதெல்லாம், எந்தக் குற்றமும் செய்யாத மீன்களைக் கொடுமைப்படுத்திச் சாகடிக்கும் என்னைப் பற்றியும் செய்தி வருவதுபோலவும், அப்படி வந்தால், அது நியாயம் என்பதுபோலவும் நான் கற்பனை செய்துகொண்டேன்.

அலுவல் காரணமாக நான் சென்னைக்குச் செல்ல நேர்ந்தது. அங்கு ஒரு மாதம் போலத் தங்கி விட்டேன். அப்புறம் மீண்டேன். மீன்களுக்கு என்ன நேர்ந்தது என்று எனக்குப் பல சமயங்கள் தோன்றியதுண்டு. அது குறித்து என் கடிதங்களில் நான் எழுதினாலும், ஏனோ என் மனைவி பதில் எழுதுவது இல்லை.

செருப்பைக் கழற்றி வைத்தேன். என் கவனம், முதலில் அந்த மீன் தொட்டியின் மேலே சென்றது. அது காலியாக இருந்தது. என் சூட்கேசை வாங்கிக்கொண்ட மனைவியிடம் கேட்டேன்.

"என்ன ஆச்சு?"

"எனக்கு முடியல்லே. அதுங்களை எதுக்காகக் கொல்லணும்னு உங்கள் நண்பர் வீட்டுக்குக் கொடுத்து அனுப்பிட்டேன். மீனாவுக்குக் குழந்தை பிறந்துடுச்சி… ரெண்டு நாள் ஆச்சு… வாங்க குழந்தையைப் பார்க்கலாம்."

குழந்தை, ஒரு பெரிய பூவைப்போலப் படுத்துக் கிடந்தது. அதன் அருகே மீனா சோர்வாகக் கிடந்தாள். என்னைக் கண்டு சிரித்தாள். பின்னால் நிழல் ஆடியது. திரும்பினேன். குமார்

நின்றிருந்தான். அவன் கையில் ஒரு கிளிக்கூண்டு. அதுக்குள் ஒரு பச்சைக்கிளி.

"என்னப்பா இது?"

"எங்கிருந்தோ, நம்ம மாடியில வந்து விழுந்துச்சுங்க... குமார் ஆசைப்பட்டான். அப்புறம் கூண்டு வாங்கிக் கொடுத்தேன்."

"கிளியைச் சாகாம வளர்க்கலாம்பா... வாழப்பழம், கோவைப்பழம் மட்டும் போட்டா போதும்பா..." என்றான் குமார், குதூகலத்துடன்.

நான் அந்தக் கிளியைப் பார்த்தேன். மீனாவின் குழந்தையே, அந்தக் கூண்டுக்குள் இருந்தது. நான் திடுக்கிட்டேன். ஒரு பிரமை, தலையை அசைத்துக்கொண்டேன். பிரமை கலைய வெகு நேரம் ஆயிற்று.

1993

சனிக்கிழமை ஜீவிகள்

எழுதிக்கொண்டிருந்த மேகலாவுக்கு எழுத்து தடைப்பட்டது. ஏதோ ஒருவகை வாசனை அவள் நாசிக்கு எட்டியிருந்தது. ஊன்றி அவதானித்ததில் அது அவளுடைய உடம்பிலிருந்தே எழுந்தது என்பதை உணர்ந்தாள். அதிகாரி தொடர்ந்து 'டிக்டேட்' செய்துகொண்டிருந்தார். அந்தச் சமயத்தில் அவள் அதை எழுதுவதைத் தவிர வேறு எதுவும் செய்துவிட முடியாது. அவர் சொல்லுகிற வார்த்தைகளை எழுதிக்கொண்டே தன்னைப் பற்றியும் நினைத்துக்கொண்டிருந்தாள் அவள்.

மேகலா முன்னைப்போல் இல்லை. இருந்தால் இப்படி ஓர் அசூசையான வாசனை, கைகள் தோளோடு சேரும் இடத்திலிருந்து எழும் வகையில் அவள் விட்டிருக்க மாட்டாள். தன் உடம்பு குறித்த தீட்சண்யம், தன் வாசனை பிறர் நாசிக்கு எட்டி விடுவது அநாகரிகம் என்கிற பிரக்ஞை அவளுக்கு எப்போதும் இருந்தது. அதிலும் குளிர்பதனம் செய்யப்பட்டிருக்கும் அறையில் புழங்க நேரும்போது, உடம்பின் வாசனை தூக்கலாக இருக்கும் என்பதை அனுபவத்தில் அறிவாள். அதற்காகவே அவள் பாடி ஸ்ப்ரே உபயோகப்படுத்தியும் வந்தாள். பாடி ஸ்ப்ரேயையும் மிகுந்த ஜாக்கிரதையுடன்தான் தீர்மானிப்பாள். முதலாவதாக அது மேல்நாட்டு தருவிப்பாக இருக்க வேண்டும். இரண்டாவதாக, அதன் மணம் முகத்தில் அடிக்கிற முரட்டு மணமாகவும் இருக்கக் கூடாது. தனக்கு மட்டுமே தெரிகிற வாசனை. ஒருநாள் முழுக்க நாற்றத்தைத் தள்ளி வைக்கும் சக்தி உள்ளதாக அது இருக்க வேண்டும். அப்படி, பார்த்துப் பார்த்துத் தேர்ந்தெடுத்து ஒரு

குறிப்பிட்ட கம்பெனியின், ஒரு குறிப்பிட்ட வகை வாசனை பொருந்திய ஸ்ப்ரேயை அவள் தேர்ந்தெடுத்து வைத்திருந்தாள். ஐம்பது ரூபாய் விலையுள்ள அந்த ஸ்ப்ரேயை ஒரு குறிப்பிட்டக் கடையில் வாங்குவது என்று ஏற்பாடு கொண்டிருந்தாள். தினம், காலைக் குளியல் ஆனவுடன் அந்த ஸ்ப்ரேயை இரு பக்கத்துக்கும் பயன்படுத்திக்கொண்டாள் என்றால், அடுத்த இருபத்து நான்கு மணி நேரத்துக்குக் கவலை இல்லை. குறைந்த பட்சம் உடம்பு வாசனை பற்றின கவலை.

"ஆகவே, ஒரு காரின் முக்கிய பாகமாகிய அந்தக் கருவிகளைக் குறிப்பிட்ட நாளில், அதுவும் நீங்களே ஒப்புக்கொண்ட கெடுவு தேதியில் முடித்துத் தரவில்லையென்றால், அது கம்பெனிக்குள் இதுகாறும் நிலவும் சுமூக உறவை எங்ஙனம் பாதிக்கும் என்பது தாங்கள் அறியாதது அல்ல..." என்று அதிகாரி சொல்லிக்கொண்டிருந்தார். அவர் முகத்தில் கவலையின் நிழல் ஆடிற்று. "காரின் உதிரிப் பாகங்கள் மிக முக்கியமானவை. அவை பழுது பட்டால் இயந்திரம் இயங்காது. அது இயக்கம் பழுதுபட்டது அல்லது நின்று விட்டது என்பார்கள். இயக்கம் பழுதபடல் என்பது பீடுநடை போடும் இந்தியாவின் வளர்ச்சியைப் பின்னுக்கு இழுப்பதாகும்..."

அதிகாரியின் முகம் இப்போது கவலை நீங்கியதாக இருந்தது. பிரச்சினையின் மையத்தை அவர் தொட்டு விட்டிருந்தார். மேகலா, வீட்டை விட்டுப் புறப்படும்போது அந்த ஸ்ப்ரேயைப் பயன்படுத்தி விட்டோமா என்பதை நிச்சயப்படுத்திக்கொண்ட பிறகே புறப்படுவாள். ஆனாலும் என்ன? அவளது மேன்மையான நுணுக்க உணர்வுக்குச் சவாலாக எப்போதும் அந்த நகர பஸ் அமைந்திருந்தது. அதன் பெயர் 'ஓம் முருகா' பிரும்மாண்டமான எழுத்துக்களில் அந்தப் பெயர் பொறிக்கப்பட்டிருக்கும். அதன் உரிமையாளர், ஏதோ ஓர் ஏலத்தில் அதை வாங்கி ஒழுங்குப்படுத்தியிருந்தார். சிவப்பும் மஞ்சளும் பச்சையுமாக வர்ணங்கள் குழம்பி அருவருப்பாய் இருந்தது அது. காலையில் எட்டேமுக்காலுக்கு, இஸ்திரி போட்ட புடவையோடும், மழுங்க வாரிய தலையோடும், லேசான பவுடர் பூச்சினால் பளபளக்கும் முகத்தோடும் அவள் வண்டிக்குள் புகுவாள். காற்று பரிசுத்தமாய் குளிர்மையாய் இருக்கும். அந்நேரம் ஒரு புகழ்பெற்ற பின்னணிப்பாடகி பாடிய அம்மன் பாட்டு, பஸ்சுக்குள் இருக்கும் ஒலிக்கருவி மூலம் ஒலிபரப்பாகும். மேகலாவுக்குத் தெய்வ நம்பிக்கை பெரும்பாலும் இல்லை. அவள்

அம்மாவுக்கு இருந்த அளவுக்கு இல்லை என்பது சர்வ நிச்சயம். மாஹாலய அமாவாசை என்பதுகூடத் தெரியாமல் அவள் வஞ்சனை மீன் வாங்கி வறுக்க, அம்மா பையை எடுத்துக்கொண்டு ஊருக்குப் புறப்பட்டு விட்டாள். பாட்டை ரசிக்கத் தெய்வ நம்பிக்கை அவசியம் இல்லைதான். எனினும் பாட்டு ரசிக்கும் படியாகயில்லை. அந்தப் பாட்டைக் கேட்டவுடன் பக்திப் பரவசம் எழவேண்டும் என்பது அந்தப் பாட்டை உருவாக்கியவர்களின் நோக்கம் என்றால், அவர்கள் ஏமாந்தவர்களே ஆவார்கள். பக்திக்குப் பதிலாகக் காமமே எழும். அடுத்த பாட்டே, ஒரு காதல் பாட்டாக இருக்கும். 'மாமா மாமா என்ன பார்த்தே' என்று பாடகி கேட்பாள். 'ஆணா பெண்ணான்னு பார்த்தேன்' என்று ஆண் பாடகன் சொல்வான். மேகலாவுக்கு உடம்பு சுருங்கி அவமானமாக இருக்கும். ரகசியமாகச் சுற்றியிருந்தவர்களை அவள் ஆராய்வாள். யாரும் எந்த வகையிலும் பாதிக்கப்படாதவர்களாக இருப்பார்கள். அவர்கள் இந்த மாதிரி நாராசங்களுக்குப் பழகிப் போயிருந்தார்கள்.

தொடர்ந்து, அவள் அலுவலகம் இருக்கும் பஸ் நிறுத்தத்தில் பஸ் நிற்கிற வரைக்கும், அந்த ரகப் பாடல்கள் அணி வகுக்கும். தொடக்கத்தில் அந்தப் பாடல்கள் ஒருவகை பலாத்காரமாகக் காதுக்குள் செலுத்தப்பட்டாலும், அவற்றில் கருத்து செலுத்தக் கூடாது என்று அவள் நினைத்ததுண்டு, முயன்றதும் உண்டு. அந்தப் பயிற்சியில் அவள் வெற்றி பெறவும் செய்தாள். விளைவாக, அந்தப் பாடல்களின் சொற்கள் அர்த்தம் இழந்து, வெளிறிப் போய்க் கூழாங்கற்களைப்போல முனை இழந்து போய் விட்டன.

ஒலி ரூபமாக வந்த பலாத்காரத்தை அவள் வென்றாள். எனினும், மனிதர்கள் உடம்பு ரீதியில் அவளுக்குத் துன்பம் இழைத்தார்கள். ஆனால், அதையும் அந்தப் பாடல்களின் அர்த்தங்களை வென்று விட்டதுபோல், வென்றுவிட முயற்சி செய்துகொண்டிருந்தார்கள். கை உயர்த்தி நிற்கிற மாலை நேரத்து ஆண் பெண்களின் மீதிருந்து, வழியும் கார நெடிகொண்ட துர்க்கந்தம் தொடக்கத்தில் ஊமை வாந்தியையும், பிறகு மாத்திரைக்கு அடங்காத தலை வலியையும் தந்து அவளை ரணப்படுத்தின.

அதிகாரி டிக்டேஷனை முடித்து அவளை அனுப்பி வைத்தார். அவள் இருக்கைக்கு வந்து அமர்ந்தாள். மணி ஐந்தைக் கடந்துவிட்டிருந்தது. அந்தக் கடிதத்தை டைப் அடிக்கக்

கொடுக்கும் முன்பு, ஒழுங்காகத் திருத்தி எழுத வேண்டும். சில ஆங்கிலப் பிரயோகங்களை அதிகாரி நூதனமாக உபயோகிப்பார். வழக்கமான கம்பெனிக் கடிதங்களில் அவை இடம் பெறுவதில்லை. ஆனால், அதிகாரி ஷேக்ஸ்பியரில் ஈடுபாடு மிகக் கொண்டவராய் இருந்தார். அவ்வாறு சொல்லிக்கொண்டார். அதை நிரூபிக்கும் பொருட்டு ஷேக்ஸ்பியரின் பல சொற்றொடர்களைத் தம் கடிதத்தில் இணைப்பார். 'மனச்சாட்சியும், மானுட இயற்கையும் மாறுபட்டு, ஒன்றுடன் ஒன்று முரண்பட்டு முட்டி மோதுகிறது. கலகத்துக்கு உள்ளான குட்டி ராஜ்யம்போல, மனித நிலைமை ஆகிவிட்டது என்பார். அல்லது, ஐயோ, இரவு சூழ்கிறது. பனிக் காற்றுப் பலமாக வீசுகிறது, பல மைல் தூரத்துக்கு ஒரு புதர்கூட இல்லை' என்று எழுதச் சொல்வார். அவர் சொல்லும் கடிதத்தின் உள்ளார்ந்த விஷயங்களுக்கு, அந்த வார்த்தைகள் அர்த்தம் சேர்ந்ததா என்றால், அது வேறு விஷயம்.

சில்லென்று சந்துஷ்டி தருகிற காற்று ஜன்னல் வழியாகப் புகுந்து, அவளுக்கு இதம் செய்தது. அது அவளது கேசத்தைக் கலைத்து, ஆடையைக் குலைத்தது. எனினும், மேகலா அந்தக் காற்றை அனுமதித்தாள். அது அவளுக்கு வேண்டியிருந்தது. அந்த இன்பத்தைக் கண்ணை மூடி ஏகாந்தமாக அனுபவிக்க வேண்டும்போல் அவளுக்குத் தோன்றியது. ஆனால், அந்தச் சிறிய சந்தோஷத்தையும் பூரணமாக அனுபவிக்க முடியாத படிக்கு வேலை காத்திருந்தது. அதிகாரி கொடுத்திருந்த ஆறு கடிதங்களைத் திரும்ப எழுத வேண்டும் அவள். அந்தக் கடிதங்களை, அதற்கெனவே காத்திருக்கும் டைப்பிஸ்டிடம் கொடுத்து டைப் செய்ய வேண்டும். அதை மணி எட்டானாலும் காத்திருக்கும் அதிகாரியிடம் காட்டிக் கையெழுத்து வாங்கி, டெஸ்பாட்ச் செக்ஷனில் சேர்த்து விட்டுத்தான் அவள் வீட்டுக்குப் போக வேண்டும். நேரம் இருந்தால், அக்கடிதங்கள் அன்றே தபாலில் சேர்க்கப்படும். இல்லையெனில், அதற்கென்று இருக்கிற ஆள், அதை ஞாயிற்றுக்கிழமையிலும் தலைமைத் தபால் நிலையத்தில் கொண்டு போய்ச் சேர்ப்பான். சனிக்கிழமைகளில், அது காரணமாகவே வீடு திரும்ப அவளுக்கு மிகத் தாமதமாகி விடுவதுண்டு.

சனிக்கிழமை!

அந்த நாள் நினைவுக்கு வந்ததும், அதனுடன் தொடர்புடைய பலவும் அவள் நினைவின் மேல் தளத்துக்கு வந்தன. அன்று

மதியத்துக்கு மேல் அரை நாள் கிருஷ்ணமூர்த்திக்கு விடுமுறை. மதியம் வீட்டுக்கு வந்து, காலையிலேயே அவள் சமைத்து வைத்து விட்டுப் போன உணவை ஹாட் பேக்கிலிருந்து எடுத்துப் போட்டுச் சாப்பிடுவான். அதன் பிறகு மாலை ஆறுவரை சுகமான லயித்த தூக்கம். விடுமுறை என்றது அவனுக்குத் தூக்கம். தூங்கி விழித்துக் காப்பி போட்டுக் குடித்து, பிறகு ஒரு நீளமான குளியலை முடித்து புது லுங்கியும், சட்டையுமாக அவன் அவளை எதிர்பார்த்துக் காத்திருப்பான்.

அடுத்த நாள் விடுமுறை என்பது இருவருக்குமே எழுச்சி தருகிற விஷயமாக இருக்கும். காலை ஐந்து மணிக்கு அலாரம் வைத்ததுபோல எழுந்திருக்க வேண்டிய நிர்ப்பந்தம் அவளுக்கு இல்லை. கதவைத் திறந்ததும், சொத்தென்று விழுந்திருக்கும் பால் பாக்கெட்டை எடுத்துப் போய் அரைத் தூக்கத்திலேயே அதைக் கிழித்துப் பாலைச் சுட வைத்து விட்டு, அது பொங்கி வழியும் முன்னமேயே டாய்லட்டுக்குப் போய்த் திரும்பி வர வேண்டிய கட்டாயம் இல்லை. அரக்க பரக்க அழுக்குப் போகாமல் குளித்து, ஈரம் போகாமல் தலைத் துவட்டி, அவசரம் காரணமாகச் சரியாகப் பொருந்தாத பட்டன்களை மாட்டிக்கொண்டு, ஷேவிங் செய்து கொண்டு, உட்கார்ந்திருக்கும் கிருஷ்ணமூர்த்தியின் முகத்தைக்கூட நோக்காது, ஆபீசுக்கு ஓடும் நிலை இல்லை.

அதுதான் முகம் பார்க்காமல் இருக்க வேண்டி நேர்வதே பிரச்சினை. அவனுக்குப் பத்து மணிக்கும் அவளுக்கு எட்டரை மணிக்கும் அலுவலகம். அவள் குளியலில் இருக்கும்போது அவன் உறங்கிக்கொண்டிருப்பான். அவள், அள்ளிப் போட்டுக்கொண்டு சுடிதாரைச் சுவரைப் பார்த்துக்கொண்டு மாட்டி முடித்து வெளியே வருகையில், கிருஷ்ணமூர்த்தி ஒரு பக்கக் கன்னத்தை முடித்திருப்பான். மாலைகளில் அவன் தாமதமாகவே வீடு சேர நேரும். அவளும்கூட அப்படித்தான். சாப்பாட்டு மேஜையில், பெரும்பாலும் களைப்பு காரணமாக அவர்கள் பேசி, சிரித்துக் கொள்வதில்லை. களைப்பு ஓர் இருட்டுப் போர்வையைப்போல அவர்கள் மேல் கவிந்து போர்த்துக் கிடக்கையில், பெரிய பெரிய விஷயங்கள்கூடச் சின்னதாகும். அலட்சியத்துக்குரியதாகும். ஈராக்கின் ஆக்ரமிப்பு ஏன் நெல்சன் மண்டேலாவின் விடுதலைக்கூட அற்பமாகிப் போகும். இந்தச் செய்திகள் அவர்களைச் சங்கடப் படுத்துவதில்லை. சாப்பிட்ட கை உலர்வதற்கும் முன்னால் மேகலா உறக்கத்தில் ஆழ்ந்திருப்பாள்.

நேற்று முன் தினம் நடந்தது இது. மோர் சாதத்தை முடித்து மிஞ்சியிருந்த மோரைக் குடிக்க, தட்டத்தோடு எடுத்து அண்ணார்ந்து குடித்தவள் பார்வையில் கிருஷ்ணமூர்த்தி பட்டான் ஆச்சரியமாய் இருந்தது.

"ஹேய்... மூர்த்தி... எங்கே உன் மீசையைக் காணோம்."

"அதுவா, முந்தாநாள் ஷேவிங் பண்ணிக்கிடறப்போ மீசை ஒதுக்கினேனா, பிளேட் கீழே இறங்கி ஒரு பக்கம் அவுட். அப்புறம் மத்தது என்னத்துக்கு? எடுத்துட்டேன். இப்பதான் பாக்கிறியா?" என்று அவன் சாவகாசமாகச் சொன்னான். மேகலா அவனை அந்த விதம் நோக்காமல் இருந்தது இயல்புதான், என்பதாக அவன் எடுத்துக்கொண்டான். சனிக்கிழமை இரவு மட்டுமே அவள் அவனை முழுசாகப் பார்ப்பது என்று வகுத்துக்கொண்ட பின், மற்றக் கிழமைகளில் அவள் பார்க்க ஏலாமல் இருப்பது இயற்கைதானே?

கிருஷ்ணமூர்த்தி சொல்லும் காரணத்தைக் கேட்க, மேகலாவுக்கு நேரம் இல்லை. அவள் சோப் பெட்டியை விடவும் சின்னதாக இருந்த, மூக்குப் பொடி டப்பாவை விடவும் சற்றுப் பெரியதாக இருந்த பெட்டியில் உணவை அடைத்துக்கொண்டு, நடந்துகொண்டே சில்லறை இருக்கிறதா என்று பரீட்சித்துக்கொண்டே வீட்டைக் கடந்தாள்.

காற்று மிகவும் குளிர்ச்சியாக இருந்தது. அலுவலகத்திற்கு முன் இருந்த அடர்ந்த மரங்கள் வழியாகப் புகுந்து வருவதால் மட்டுமல்ல, அந்தக் குளிர்ச்சி மழை வருவதற்கான முஸ்தீபு அது. குளிரில் அவள் சிலிர்த்துக்கொண்டாள். மேல் இருந்த துப்பட்டாவால் நன்கு மூடிக்கொண்டாள். ஆனாலும் ஜன்னலைச் சாத்திக்கொள்ள அவள் விரும்பவில்லை. அந்தக் குளிர்க் காற்றை அவள் மிகவும் விரும்பி ரசித்தாள்.

கிருஷ்ணமூர்த்தி அவளுக்காகக் காத்திருப்பான். அன்று சனிக்கிழமை. வேலை முடிந்த பாடில்லை. எல்லாக் கடிதங்களையும் திரும்ப எழுதி முடித்து டைப்பிஸ்டிடம் சேர்த்து விட்டிருந்தாள். அவள் டைப் அடித்து முடித்து அவள் பார்வைக்குக் கொண்டு வந்து வைக்க வேண்டும். அதுவரை அவள் காத்திருக்கத்தான் வேண்டும்.

மேகலா எழுந்து ஜன்னல் பக்கம் வந்து நின்றாள். ஈரம் தழுவிய காற்றை முகத்தில் வாங்கிக்கொண்டாள். மனம்

சந்தோஷத்தில் லயித்தது. வீட்டில் கிருஷ்ணமூர்த்தி காத்திருப்பான் என்ற நினைப்பே அவளுக்குச் சங்கடம் விளைத்தது. வேலையின் தன்மை அப்படி. அதிகாரி ஊரில் இல்லாத பொழுதுகளில், நான்கு மணிக்கே ஏன் மூன்று மணிக்கேகூட அவள் வீட்டுக்குப் போக அனுமதிக்கப்பட்டிருந்தாள். எனவே வேலையிருக்கும்போது வீட்டுக்குப் புறப்படுவது என்ன நியாயம்? வேலை முக்கியம்!

வேலை, தாம்பத்ய உறவுக்குத் தடையாய் இருக்கிறதா? இல்லை என்றே அவள் முடிவு செய்திருந்தாள். வேலை, அவளுக்குக் கொடுத்திருக்கும் மேன்மைகள் தாம் எத்தனை? அவளை அவளே கௌரவமாக உணரும் படியாகச் செய்தது அல்லவோ வேலை. வீட்டுக்குள் அடைந்துகொண்டிருந்துவிட்டு, வாசலில் வந்து தெருவின் இருபுறமும் திரும்பித் திரும்பி வேடிக்கை பார்த்துக்கொண்டிருந்து விட்டு அடுப்பங்கரைக்குள் புகுந்து கொள்ளும் நிலைமை அவளுக்கு நேரவில்லை. அவள் ஒரு பொறுப்பான பதவியில் இருக்கிறாள். ஜீவனத்துக்கு என அவள் சம்பாதிக்கிறாள். புருஷன் சம்பாதித்துக்கொண்டு வந்து போட்ட பருத்திக் கொட்டையைத் தின்று, வேளா வேளைக்குப் பால் சுரந்து கொடுத்து குட்டி போடும் பசு அல்ல, மனுஷி! அவளுக்கு உலகம் தெரியும். மல்லிகைப் பூ மாதிரி இட்லி பண்ணிப் போடுவது, ஒரு பெண்ணின் சாதனையாகாது என்பதை அவள் அறிவாள். உலக உருண்டையின் பௌதிக சுழற்சிக்கு ஆதாரமான உழைப்பு என்கிற ஜீவ சக்திக்கு, அவளால் ஆன சிறு பங்கை அவள் அளிக்கிறாள்.

அடடா! இந்த வேலைதான் அவளுக்கு எத்தனை சிறப்புகளை நல்கியிருக்கிறது. உடம்பை முற்றாக மறைப்பதும், மேக வாழ்க்கைக்கு உகந்ததுமான ஆடையான சுடிதாரும் துப்பட்டாவும் தந்தது. அந்த வேலைதான், ஸ்டர்லிங் ரோடு முனையில் நின்றுகொண்டு நண்பர்களோடு பேசி சல்லாபித்தாவாறே பேல்பூரியும் ஏலக்காய் டீயும் அருந்தும் சந்தோஷத்தை அளித்தது வைவலையல்லவா? வாழ்க்கைச் செலவுக்கு அடிப்படையான தேவைகளைப் பூர்த்தி செய்ய அவள் இன்னொருவர் கையை, அந்த இன்னொருவர் கணவனே ஆனாலும் எதிர்பார்த்திருக்க அவசியமில்லையே!

கிருஷ்ணமூர்த்தியேகூட அவளிடம் நல்ல நோக்கத்தில்தான் சொன்னதுண்டு. “வேலையை ராஜினாமா பண்ணிடேன். ரொம்ப கஷ்டப்படற மாதிரி இருக்கே. வீட்டோடு இரேன். இப்படி நேரம் கெட்ட நேரத்திலே உழைத்துத் திரும்ப வேணுமா?” அவன்

அக்கறை அவளுக்குப் புரிந்தது. ஆனாலும், அவள் அதை ஏற்க மறுத்தாள். கஷ்டம் எதில் இல்லை. தண்ணீர் குடிப்பதுகூட கஷ்டம்தான். சாப்பிடுவதுகூட கஷ்டம்தான். குளிப்பதுகூட, யோசிக்கும்போது கஷ்டம்தான். கையை காலை அசைக்காமல் சட்டைக்கூடப் போட்டுக்கொள்ள முடியாதே?

அன்று சனிக்கிழமை, கிருஷ்ணமூர்த்தியும், மேகலாவும் கிருஷ்ணமூர்த்தியாகவும் மேகலாகவும் சந்தித்துக் கொள்கிற நாள். ஐந்நூறு வீடுகளுக்கும் மேல் இருக்கும். அந்த நவீன குடியிருப்பில். பெரும்பாலான குடும்பங்களில் அப்படித்தான் ஒரு வழக்கம் நிலவி இருந்தது. பெண்களுக்குள் இருந்த வேலை காரணமாக அவர்களுக்குள் பரிமாறிக்கொண்ட ரகசியமாக அது இருந்தது. இப்படி ஒரு தீர்மானத்துக்கு கிருஷ்ணமூர்த்தியும் மேகலாவும் வந்த அந்த நிமிஷத்தில் அவளுக்குள் நிறைய கேள்விகள் எழுந்தன. அது சரியாக தீபாராதனை முடிந்ததும் வந்து சேர்கிற கழுகுபோலவா; மணி அடித்ததும் வகுப்புக்குள் நுழைகிற ஆசிரியரைப்போல, உணர்ச்சிகள் கடிகாரம் பார்த்துக்கொண்டு வருமா அதுவும் வயிறு போன்றதா? எட்டு மணிக்கு டிபன், மதியத்துக்குச் சாப்பாடு என்பதுபோல சரியாக இடைவெளி விட்டுப் பசிக்கிற வயிறா அது. ஆனாலும் அது அவளுக்கு உவப்பாகத்தான் இருந்தது. எதற்கும் ஒரு காலம் இருப்பது நல்லதுதானே? அதற்கென்று தயாரித்துக் கொள்வதுகூட நல்லதுதான்.

கிருஷ்ணமூர்த்தி காத்திருப்பார். மேகலா ஜன்னலை விட்டுத் திரும்பி, டைப்பிஸ்டிடம் வந்தாள். அவள் பணியை முடிக்கும் நிலையில் இருந்தாள். இவளைக் கண்டதும், அவள் துரிதம் கொண்டாள். கடிதங்களைச் சரி பார்த்து அவற்றை அதிகாரியின் கையெழுத்துக்கு அனுப்பினாள். கையெழுத்தாகி வந்ததும், அவற்றை டெஸ்பாட்சில் சேர்ப்பித்தாள். அவளின் அன்றைய பணி முடிந்தது. கைப் பையை எடுத்துக்கொண்டு ஆபீசை விட்டு வெளியேறினாள்.

அலுவலகத்தையும் தெருவையும் இணைக்கிற பாதையில் குட்டை குட்டையாகத் தண்ணீர் தேங்கி நின்றது. பாதையின் ஓரங்களில் வளர்ந்திருந்த மரங்கள் நீரைச் சொட்டிக்கொண்டிருந்தன. சொட்டென்று தலையில் விழும் நீர் அனுபவிக்கத்தக்கதாய் இருந்தது. ஜீவிதத்தை வாழத்தக்கதாய் ஆக்குகின்ற கணங்கள் அவை. தெரு, குளித்துவிட்டுத் துவட்டாமல் நிற்கிற குழந்தையைப்போல ஈரம் தோன்றி இருந்தது. பொதுவாக

பஸ்களில் கூட்டம் இருப்பதில்லை, தவிரவும் பஸ் பயணம் செய்ய உகந்த நேரம், வைகறையும் முதிர் மாலையும்தான். பஸ் நிறுத்தத்திலும் ஓரிருவரே நின்றிருந்தனர். பெண்களைப் பார்ப்பதற்கென்றே நிற்கிற காவிகள் இல்லை. பஸ்ஸிலும் இருக்கைகள் நிறையவே வெறுமையாய் இருந்தன. ஜன்னல் ஓரம் அமர்ந்துகொண்டு காற்றைக் கொத்தாய் முகத்தில் வாங்கிக்கொண்டு மிகுந்த மகிழ்ச்சியோடு பிராயணம் செய்தாள். தெரு, நீர் மயமாய் இருந்தாலும், மழை பெய்து ஓய்ந்திருந்தாலும், காற்று அதீதத்துக்குக் குளுமையாயிருந்தது. தலைமுடியை ஆராவராத்துடன் கலைத்தது. அவள் அதை அனுமதித்தாள். காற்றின் சுதந்திரமும் இயல்பும் அவளுக்குப் பிடித்திருந்தது. எல்லாம் அதனதன் இயல்பில் இருக்க வேண்டும். செடியைக் கத்தரித்து வளர்க்கும் அசுரத்தனம் ஆகாது. செருப்புக்களைச் செய்துகொண்டு குழந்தைகளின் பாதங்களை வெட்டும் ராட்சசத்தனம் ஆகாது. அந்தப் பயணம் அப்படியே உலகின் கோடிவரை நீடிக்க வேண்டும் என்று அவள் ஆசைப்பட்டாள். ஆனால் அது சாத்தியப்படாது. எந்த பஸ்ஸும் அவ்வளவு நெடிய பயணத்தை மேற்கொள்வதில்லை. அவள் இறங்குமிடத்தில் பஸ் நின்றது. அவள் இறங்கினாள். மணிக்கட்டில் மணி பார்த்தாள். எட்டுக்குச் சில நிமிடங்கள் இருந்தன. அவள் வாடிக்கையாய் அரிசி, பருப்பு வாங்கும் ஸ்டோர் திறந்திருந்தது. அதற்குள் சென்றாள். எப்போது அந்தக் கடைக்குச் சென்றாலும், அவள் விருப்பமுடன் சென்று வேடிக்கை பார்க்கும் காலணிப் பகுதிக் கடைப்பக்கம் சென்றாள். கண்ணாடிப் பெட்டிக்குள் அழகழகாக, தூசுப் படியாமல் காட்சிக்கு வைக்கப்பட்டிருக்கும் செருப்புகளை ஆசை தீரப் பார்த்தாள்.

“மேடம் எடுத்துப் போடலாமா?” என்று கேட்ட சிப்பந்தியிடம் “வேண்டாம், நன்றி” என்று மறத்துவிட்டு அகன்றாள். அப்புறம் புதிது புதிதாக மார்க்கெட்டுக்கு வந்திருக்கும் பவுடர், சோப் போன்ற உபகரணங்களை வேடிக்கைப் பார்க்க நின்றாள். ஸ்பிரேயர் தீர்ந்து விட்டது. வாங்க வேண்டும். அதன் தேவை. ஏ. சி. அறையில் அதிகாரி முன் அமர்ந்தபோது அவளுக்கு உறைக்கவே செய்தது. எனினும் ஏதோ அசிரத்தை வந்து அவளுக்குள் புகந்துகொண்டதைப்போல் இருந்தாள். நகப்பூச்சுக்கூட வாங்க வேணும். பூச்சு உதிர்ந்து, அங்கங்கே திட்டுத்திட்டாய் நின்றது. வாங்கத் தோன்றவில்லை. அங்கிருந்து அகன்று துணிக்கடைப் பகுதிக்குள் சென்றாள். அவளிடம்

நிறையவே புடவைகளும், சட்டைகளும் சுடிதாரும் இருந்தன. இன்னும் நிறைய வாங்க வேணும். என்கிற வெறியும் இருந்தது. அது ஒரு காலம். எல்லாம் ஊற்று தூர்ந்து விட்டதுபோல, ஏனோ ஆசைகள் வறண்டுகொண்டு வந்தன. இரண்டு கைக்குட்டைகள் மாத்திரம் வாங்கிக்கொண்டு வெளியே வந்தாள். புதுத்துணி வாசனை வீசியது. கைக்குட்டையில் பெண்களுக்கான, கைக்கு அடக்கமான பூப்போட்ட கைக்குட்டை அது. ஒன்றை எடுத்து முகத்தை அழுந்தத் துடைத்துக்கொண்டாள்.

மன நோயாளிகள் காப்பகத்துக்கு நேராகப் போகும் தெருத் திருப்பத்தில், அவள் குடியிருப்பு இருந்தது. திருப்பத்தில் ஒரு கோயில், இடையில் தெருவைப் பார்த்துக்கொண்டு விசனமாய், தனியாக அமர்ந்திருந்த பிள்ளையாரைப் பார்க்க பரிதாபமாயிருந்தது. வீட்டையடைந்தாள். செருப்பை, அதன் இடத்தில் பொருத்தமாய் வைத்தாள். கிருஷ்ணமூர்த்தி அவளுக்காக புது லுங்கி உடுத்திக்கொண்டு காத்திருந்தான்.

“சாப்பிட்டாச்சா?”

“இல்லை உனக்காகத்தான் காத்திருந்தேன். வேலை அதிகமா?”

“ப்ச். அவள் நைட்டி அணிந்துகொண்டாள்”

அவர்கள் சாப்பிட்டார்கள். அவள் ஞாபகமாக மாத்திரையை விழுங்கி வைத்தாள். உறக்கம் கண்ணைச் செருகியது. அவளுக்கு அழ வேண்டும்போல் இருந்தது.

1993

சுந்தரன்

ஜானகிராமன் தெருவில் இருக்கும் சார்மினார் லாட்ஜில் நான் தங்கியிருந்தபோதுதான் சுந்தரத்தைச் சந்தித்தேன். அவன் தன் வயது பதினாறு என்றும், ஆறாம் வகுப்புவரை படித்திருப்பதாகவும் என்னிடம் தன்னை அறிமுகப்படுத்திக்கொண்டான்.

எனக்கு அடுத்த அறை நாராயணனுடையது. நானும் சுந்தரமும் என் ஒற்றைக் கட்டிலில் அமர்ந்து பேசிக்கொண்டிருப்பதை நாராயணன் பார்த்து விட்டான்.

"சித்த, ஒரு நிமிஷம் வரேளா?" என்றான்.

நான் எழுந்து அறைக்கு வெளியே சென்றேன்.

"என்ன சார்! ஒரு தோட்டியைக் கட்டிலில் உட்கார வச்சிப் பேசிண்டிருக்கேள்" என்றான் நாராயணன்.

"அதனால் என்ன?" என்றேன் நான்.

என்ன காரணத்தாலோ நாராயணன் உறவு அன்றோடு முறிந்தது.

சுந்தரத்தின் அலுவல், காலை ஐந்து மணிக்கு ஆரம்பிக்கும். எங்கள் லாட்ஜ் மூன்று மாடிகளைக் கொண்டது. முதல் மாடியில் தெருவைப் பார்த்திருக்கும் தனியறை என்னுடையது. காலையில் ஆறு மணிபோல் கண்விழித்து உடனே காப்பி சாப்பிடுகிற பழக்கம் கொண்டவன். சுந்தரம் என்னை எப்படியோ அறிந்திருந்தான். காலையில் எழுந்து கதவுத் தாழ்ப்பாளைத் திறந்து பால்கனியில் வந்து நின்று உலகத்தைப் பார்க்கும் பொழுது, சரியாகச் சுந்தரம் காபியுடன் வந்து என் முன் நிற்பான்.

ஒன்பது மணிக்கு, நான் அலுவலகம் புறப்படுவேன். ஜானகிராமன் தெருவில் இருந்து அண்ணா சிலையின் எதிரில் இருக்கும் உடுப்பி ஹோட்டலில் டிபன் சாப்பிட்டு விட்டு, அருகில் இருக்கும் அலுவலகம் செல்வது என் வழக்கம். சுமார் எட்டரை மணிபோல, சுந்தரத்தின் அலுவலகம் முடியும். ஒவ்வொரு தளத்திலும் பன்னிரண்டு அறைகள் இருந்தன. பன்னிரண்டு அறைகளுக்கும் பொதுவாக இரண்டு குளியலறைகளும், இரண்டு டாய்லட்டுகளும் இருந்தன. ஆக மொத்தம் ஆறு குளியல் அறைகளும், ஆறு டாய்லட்டுகளும் அந்த லாட்ஜில் இருந்தன. அதுவுமன்னியில் என் அறையைப்போல மொத்தம் ஆறு அறைகளில் அட்டாச்டு பாத்ரூம்கள் இருந்தன. இந்தப் பன்னிரண்டு டாய்லட்டுகளையும் கழுவி, வீட்டுக்குப் போய்க் குளித்து முடித்துச் சரியாக எட்டரைக்குள் சுந்தரம் என் அறையில் இருப்பான். புரளப் புரளக் கட்டிய கைலியும், புஜம்வரை மடித்துவிட்ட சட்டைக் கையும் அலட்சியமாக நெற்றியில் தீட்டப்பட்ட திருநீற்றுத் துண்டும், நெற்றியில் வந்து விழும் முடியும்தான் சுந்தரம்.

எட்டரை மணிக்கு நான் ஷேவிங் செய்துகொண்டு இருப்பேன். எட்டு முப்பத்தைந்துக்குப் பல் துலக்கல், எட்டு ஐம்பதுக்கு ஸ்நானம் முடிந்து சரியாக ஒன்பது மணிக்கு ஜிப்பா, வேட்டியில் இருப்பேன். என் பையைச் சுந்தரம் எடுத்துக் கொள்வான். அறையைப் பூட்டிக்கொண்டு நான் தெருவுக்கு வந்து நின்று ஒரு சிகரெட் பற்ற வைத்துக்கொள்ளலாமே என்று நினைக்கும்போது சுந்தரம் ஒரு சிகரெட்டையும், தீப்பெட்டியையும் என் முன் நீட்டிக்கொண்டிருப்பான்.

வித்தியாசமாக வாழ்வது, தினம் தினம் தம்மைப் புதுப்பித்துக் கொள்வது என்கிற நல்ல பழக்கத்தை நாம் மறந்து விட்டோம் போலும்.

ஓட்டலில்கூட அப்படித்தான் மனைவியைப் பிரிந்து வெளியூர்களில் லாட்ஜ்களில் வசித்து, ஓட்டல்களில் தங்கி, உண்டு வருகிற எவருக்கும் அதிகாலையில் தோன்றும் பிரச்சினைகள் பலவற்றில் பூதாகரமானது இது. தமிழர்கள் காலைப் பலகாரம் என்று இட்லி, தோசை, பொங்கல், பூரி என்று நான்கு வகையான உணவுகளில் மாத்திரமே தங்களது கற்பனையைக் குறுக்கிக்கொண்டார்கள். நான்கும் சற்றேறக்குறைய ஒரே வகையான ருசியையும் குணநலன்களையும் கொண்டவையாய் இருக்கும். ஒரு நாளில் முதல் பிரச்சினையே இன்று எதை உண்பது

என்பதாய் இருக்கும். இந்தப் பலகாரங்களில், அதன் சுவைகளில், அவற்றின் என்றும் மாறாத் தன்மைகளில், மனிதர்களின் மூளை முழுங்கிய கற்பனையில் ஏற்பட்ட வெறுப்பு கொஞ்சம் கொஞ் சமாய்ப் பரவி, சக மனிதர்கள். சக பயணிகள், சக அலுவலர்கள், சக முதலாளி என்று அனைவர் மேலும் படர்ந்தது. கடைசியில் சூரியனின் மேலும் தொட்டு அன்றைய வாழ்க்கையை நரகமாக்கி விடும். இது போன்ற நேரங்களில் எனக்குக் கை கொடுப்பவன் சுந்தரமாக இருப்பான்.

“நேத்துதான் இட்லி, தோசை தின்னோம். அதுக்கு முந்தா நாள் பூரி, கிழங்கு தின்னோம். இன்னிக்கு சாம்பார், வடை காபிபோதும் என்னண்ணே?”

எனக்கு மிகுந்த ஆறுதலாக இருக்கும்.

கிருஷ்ணாம் பேட்டைச் சுடுகாட்டுக்குப் போகும் வழியில் இரு சாரியிலும் இடுப்பளவு குடிசைகள் இருப்பதை நீங்கள் பார்த்திருக்கக் கூடும். அதில் ஒன்றில் சுந்தரத்தின் குடும்பம் இருந்தது. சுந்தரத்தின் அப்பா தலைமைச் செயலகத்தில் அமைச்சர்களின் டாய்லட்டுகளைக் கழுவி ஜீவித்துக்கொண்டிருந்தார். அம்மா, ஓர் ஆங்கிலோ இந்தியனின் வீட்டில் சமையற்காரியாக இருந்தாள். ஆகவே, சோற்றுக்கு அவள் கஷ்டப்படவில்லை. சுந்தரத்தின் அப்பாவுக்கு இருந்த ஒரே கஷ்டம், சுந்தரத்துக்குப் பிறகு பிறந்த ஐந்து பெண் குழந்தைகளே!

“ஐந்து பெண்களைப் பெத்ததிலே உங்களுக்கு என்ன சார் கஷ்டம்? ஆம்பளையாப் பொறந்திருந்தா சந்தோஷப் பட்டிருப்பீங்களா?”

“என்ன பண்றது சார்? இதுங்கெல்லாம் படிச்சா உருப்படப் போவுதுங்க? பன்னெண்டு, பதிமூணு வயசிலேயே கட்டிக்கிட்டுப் போயிடுங்க. அத்தினிக்கும் நானேதானே ஒவ்வொண்ணையும் செய்யணும்.”

சுந்தரத்தின் ஒருநாள் வாழ்க்கை கட்டுகள் அற்றது. ஆகவே, ஆனந்தமயமானது. காலையில் மூன்று மணி நேரம் சக மனிதர்களுக்காக உழைப்பது, அவனுக்குப் போதுமானதாய் இருந்தது. என்னுடன் டிபன் சாப்பிட்டு ஆபீஸ் வாசல்வரை வந்து, என்னை அலுவலகம் சேர்த்து விட்டு, நான் சிகரெட் வாங்குகையில் அவனுக்கு வாங்கிக் கொடுத்த பீடிக் கட்டோடு, அவன் மீள்வான். மதியம் சாப்பாட்டு நேரம்வரை வீட்டில் இருப்பானாம். சாப்பிட்டு விட்டு ஏதாவது ஓர் எம். ஜி. ஆர்.

படத்துக்கு மதியக் காட்சிக்குப் போய் விடுவானாம். நான் அலுவலகம் விட்டுத் திரும்பும் மாலை வேளையில் சரியாக ஆஜராகி நிற்பான்.

"காலை பத்து மணிக்கும் சாப்பாடு வேளையான மதியம் ஒரு மணிக்கும் இடைப்பட்ட நேரத்தில் என்னதான்டா செய்கிறாய்?" என்று ஒரு நாள் கேட்டேன்.

"காதல்"
"யாரை?"
"என் மாமன் மகளை."
"எங்கே இருக்கா.?"
"என் வீட்டுக்கு நேர் எதிர் வீட்டில்."

"எவ்வளவு ஆனந்தமான வாழ்க்கை உன்னுடையது. காலை பத்து மணிக்கு என் கழுத்தில் நுகத்தடி, நீயோ பந்தயக் குதிரை பரவாயில்லை. அடுத்தப் பிறவியிலே நீ நானாகவும், நான் நீயாகவும் பிறப்போம்" என்றேன். அவனுக்கு அதில் ஆட்சேபணையில்லை.

கதவு படபடவெனத் தட்டப்பட்டது. எழுந்து. மணியைப் பார்த்தேன். இரண்டு இருபதாகி இருந்தது. கதவைத் திறந்தேன். சுந்தரம், பாம்பை மிதித்தவன் மாதிரி நின்றிருந்தான்.

"என்னடா! இந்த ராத்திரி நேரத்துல?"
"ஒரு தப்பு நடந்து போச்சு அண்ணே."
"என்ன தப்பு?"
அவன் உள்ளே வந்து கட்டிலில் அமர்ந்தார்.
"ஒரு பீடி பத்த வச்சுக்கட்டுமா?"
"செய்"

பற்ற வைத்துக்கொண்டான்.

"என்னோட மாமன் பொண்ணை, யாரோ ஒருத்தன் பரிசம் போட வந்துட்டான். எம் மாமனும் சேர்ந்து அதுக்கு சம்மதிச்சுட்டான். பூஞ்சோலை வந்து என்கிட்ட அழுதுகொண்டு நின்றது. ராத்திரி ஏழு மணிக்கு அவ பைப் தண்ணி அடிக்க வர்றப்ப அவளை இழுத்தாந்து, நம்ப மணி வீட்டிலே வச்சுட்டேன். இப்போ மாமன் வீட்டுக்காரங்க பத்துப் பவுன் நகையோட பொண்ணைக் கடத்திக்கிட்டுப் போய்ட்டேன்னு எம்மேலே புகார் குடுத்திருக்கங்க. காசு வேற குடுத்திருப்பாங்கபோல இருக்கு. போலீஸ்காரங்க முழு மூச்சோட என்னைத் தேடறாங்க. நான் என்ன பண்றது அண்ணே?"

"பூஞ்சோலை பத்திரமா இருப்பா இல்லியா.?"

"இருப்பா"

"அப்ப, கவலைப்படாதே. படு. விடிஞ்சதும் பார்த்துக்கலாம்.

நான் ஒரு பத்திரிகையாளன். ஆகவே போலீஸ் வட்டாரத்தில் எனக்குப் பரிச்சயமான சிலர் இருந்தார்கள். அஸிஸ்டன்ட் கமிஷனர் ஆறுமுகம் என்னை அறிவார். அவருக்குப் போன் செய்தேன். எடுத்த எடுப்பில் அவர் "ரேப்பா" என்றார். "இல்லை, காதல் விவகாரம்" என்றேன்.

"சரி! திருவல்லிக்கேணி இன்ஸ்பெக்டருக்குப் போன் பண்றேன். நீங்க போய்ப் பாருங்க" என்றார்.

சுந்தரத்தை அறையில் வைத்துப் பூட்டிக்கொண்டு நான் போலீஸ் ஸ்டேஷனுக்குச் சென்றேன். கன்னங்கரிய ஒரு மோட்டா ஆசாமி அவர்தான் இன்ஸ்பெக்டர் ராஜேந்திரன் என்றார்கள். ஆறுமுகத்தின் பேரைச் சொன்னேன். அப்புறமா உட்காரச் சொன்னார். "விவகாரம் என்ன" என்றார். "காதல் விவகாரம்தான் சார். நீங்களே கட்டி வச்சுடுங்க" என்றேன்.

"என்ன விவரந்தெரியாத ஆளாயிருக்கீங்க? இது கிட்நாப் கேசு சார். பொண்ணுக்குப் பதிமூணு வயசு, பையனுக்குப் பதினாறு. இதிலே எங்க கல்யாணம் பண்ணி வைக்கிறது?"

அப்படியானால், "சமரசம் பண்ணி வச்சிடுங்க"

"சமரசமா? எப். ஐ. ஆர் போட்டாச்சு சார். கோர்ட்டுக்கு காப்பி போயாச்சு. இப்ப போய் சமரசம் அது இதுன்னுட்டு."

பேங்கில் இருந்த என் சேமிப்பைச் செலவிட வேண்டியதாயிற்று. பூஞ்சோலையை நானே ஆட்டோவில் அழைத்து வந்து, சுந்தரம் அவளைக் கடத்தவில்லை என்றும், அவளே இஷ்டப்பட்டுத்தான் வந்ததாகவும், தனக்குப் பிடிக்காத இடத்தில் பரிசம் போட்டதால்தான் அப்படி செய்த்தாகவும் பத்து பவுன் நகையை, தான் பார்த்ததுகூட இல்லை என்றும் சொன்னதன் பேரில் அவள், அவளுடைய பெற்றோரிடம் ஒப்படைக்கப்பட்டாள்.

சார்மினார் லாட்ஜின் உரிமையாளர் நித்தியானந்தம் நான் இருந்த அந்தப் பகுதியின் மக்கள் அனைவரும் அவரை நன்கு அறிவார்கள். ஒரு பக்திமானாக, ஒரு பெரிய மனிதராக வம்பு வழக்குகள் தீர்க்கிற பஞ்சாயத்துக்காரராக, சுப மற்றும் புண்ணிய காரியங்களுக்கு நிதி உதவும் வள்ளலாக நித்தியானந்தம்

அறியப்பட்டார். அவரிடம் நூற்றுக்கும் அதிகமான பேர் மாதச்சம்பளம் பெற்று வாழ்ந்தார்கள். அவர்களில் கடைசி ஊழியன் சுந்தரம்.

சுந்தரத்தை நித்தியானந்தம் அறிய வாய்ப்பில்லை. அவன் சம்பளம் மானேஜர் மூலம் பட்டுவாடா செய்யப்படுகிறது. காதல் விவகாரத்தில் அவன் சிக்கிக்கொண்ட பொழுது சுமார் ஒரு வாரகாலம் அவன் வேலைக்கு வரவில்லை என்கிற குற்றச்சாட்டு எழுந்தது. மானேஜர் "அந்த நாயை லாட்ஜில் சேர்க்கக்கூடாது" என்று உத்தரவு பிறப்பித்து விட்டார். மானேஜர் என்பவனை அந்தப் பெயரால் நாங்கள்தான் அழைத்தோம். அவனை நன்கு அறிந்தவர்கள், அவனைக் கூஜா என்றார்கள். சுந்தரத்துக்காகப் பரிந்துக்கொண்டு நான்தான் போனேன். "எல்லாம் புரிஞ்சுக்கிட்டு நீங்க ஏன் வரணும்? சரி இவ்வளவு சொல்றீங்க, நீங்க சொல்லி நான் கேட்கலைன்னு இருக்கக்கூடாது. நாளைக்கு அவனை வேலைக்கு வரச் சொல்லுங்க" என்றான். கையோடு அப்புறம் நான் சம்பந்தப்பட்டிருந்த சினிமா கம்பெனியில் ஒரு சூப்பர் ஸ்டார் நடித்துக்கொண்டிருந்தார். அவர் ஷூட்டிங்கைத் தன் குடும்பத்தோடு வந்து பார்க்க நான் ஏற்பாடு செய்ய முடியுமா என்று கேட்டான், செய்து கொடுத்தேன்.

சுந்தரத்தின் அப்பா தலைமைச் செயலகத்தில் ஓர் அமைச்சரின் கீழ் வேலைப் பார்த்தார். அந்த அமைச்சர் தென் மாவட்டத்துக்காரர். இவரும் தென்மாவட்டத்துக்காரர். ஆகவே, இருவருக்கும் மனரீதியால் நெருக்கம் இருந்தது. அந்த முகாந்திரத்தால் அமைச்சர் பூஞ்சோலையின் அப்பாவைக் கூப்பிட்டு அனுப்பி அவரிடம் பேசினார்.

"என் குடும்பத்துக்கு எவ்வளவு பெரிய அவமானம் உண்டாக்கி விட்டான் அந்த சுந்தரம்? அவனை வெட்டாம உடறதாவது" என்றார், சுந்தரத்தின் மாமா!

"உலகத்தில் கத்திகள் அநேகம் செய்யப்படுகின்றன என்றும் சுந்தரத்துக்கும் அவன் அப்பாவுக்கும்கூடக் கத்திகள் கிடைக்குமென்றும் அமைச்சர் மிக நிதானமாக எடுத்துரைத்தார். "தான் நினைத்தால் அடுத்த அரை மணியில் சுந்தரத்துக்கும் பூஞ்சோலைக்கும் முதலமைச்சர் முன்னிலையில் திருமணம் செய்து வைக்க முடியும், இந்தச் சவாலை அந்த மனிதர் ஏற்றுக் கொள்கிறாரா" என்று அமைச்சர் அவரிடம் கேட்டார்.

அவர் சவாலை ஏற்றுக்கொள்ள தயாராக இல்லை. ஆனாலும், "மானம் போயிற்று" என்று, மீண்டும் மீண்டும்

சொல்லிக்கொண்டிருந்தார். மானம் என்றால் என்ன என்று கேட்டார் அமைச்சர். அவருக்குப் பதில் தெரியத்தான் இல்லை. என்ன இருந்தாலும் உறவுக்காரர்கள் நீங்கள். அந்த உரிமை பற்றி சுந்தரத்துக்கே பூஞ்சோலையைக் கட்டி வைக்கலாம் என்று தீர்ப்பளித்தார் அமைச்சர். "லாட்ஜில் அந்த மாதிரி வேலை செய்யும் ஒரு பையனுக்குத் தன் பெண்ணை எவ்வாறு கட்டி வைக்க முடியும்?" என்று அவர் கேட்டார். அமைச்சர் சுந்தரத்துக்கு ஏதேனும் ஓர் அரசாங்க வேலை வாங்கித் தருவதாக உத்தரவாதம் அளித்தார்.

பூஞ்சோலையின் அப்பாவுக்குப் போன மானம் என்பது மாப்பிள்ளை அரசாங்க உத்தியோகம் செய்வதில்தான் இருக்கிறது என்கிற அரும்பெரும் தத்துவத்தை அன்றுதான் உலகுக்கு அளித்தார் அவர்.

நித்தியானந்தம் பார்க்க அழகாக இருந்தார். தாடி வளர்த்திருந்தார். வெள்ளையும் கறுப்புமாக சிங்கத்தின் தாடி, காரல் மார்க்சுக்கு இருந்தது போன்ற தாடி. மாலைக் காலங்களில் மாதத்துக்கு ஒருமுறை லாட்ஜை அவர் 'விசிட்' பண்ணுவது உண்டு. அந்த வழக்கப்படி அன்று வந்திருந்தார். அவரின் நிழலாக கூஜாவும் வந்திருந்தான்.

தலையை மட்டும் உள்ளே நீட்டி, "சௌக்கியமா சார்?" என்றார் நித்தியானந்தம்.

என்னைப் போன்றவர்கள் சௌக்கியமாக இருக்க முடியாது. சௌக்கியம் என்று சொல்வது அதர்மம். ஆகவே, எப்படியோ ஒரு வகையாகச் சிரித்து நான் சௌகர்யம் என்பதுபோல நிறுவினேன்.

அந்தப் பதிலுக்குக் காத்திருந்தவர்போல சட்டென்று தலையை விலக்கிக்கொண்டு அவர் அறைக்குள் வந்தார். என் பக்கத்தில் அமர்ந்தார். அவரிடம் பழநி விபூதி மணந்தது.

"ஒரு விஷயம்..."

"சொல்லுங்க..."

"இந்த லாட்ஜை இடித்து நிரவி, இங்கே ஒரு கல்யாண மண்டபம் கட்ட வேண்டும் என்பது அம்மாவின் ஆசை. தயவுசெய்து ஒரு மூணு மாச காலத்துக்குள்ளே காலி பண்ணிடுங்க. அதைச் சொல்லத்தான் நான் ஒவ்வோரு அறையாகப் போய்க்கொண்டிருக்கிறேன்"

"அதுக்கென்ன, ஒரு மாசத்திலேயே நான் காலி பண்ணிடறேன்" என்று நான் சொன்னேன்.

அவர், என்னை விட்டு அகன்ற சில நிமிஷங்களுக்குள் சுந்தரம் வந்தான்.

"ஏதோ விபூதி வாசனை வருதே அண்ணே, நீங்க பூசையே போட மாட்டீங்களே,"

அவர் கூர்மையான புலனுக்கு நான் வாழ்த்துத் தெரிவித்தேன், "லாட்ஜ் ஓனர் வந்திருந்தார்"

"என்னவாம்? வாடகைதான் குடுத்தாச்சே!"

"அதுக்கில்லை, இந்த லாட்ஜை இடிக்கப் போகிறாராம். எல்லோரையும் காலி பண்ணச் சொல்றார்"

"இது ஒரு ஸ்டன்ட்! இப்படிச் சொல்லி உங்களை எல்லாம் கிளப்பிட்டுப் புது ஆட்களை வாடகைக்கு வச்சி வாடகையை ஏத்திடுவாங்க."

இதைத்தான் அசுர வேலை என்று சொல்வார்கள்போல! சரியாக அதே நேரத்தில் நித்தியானந்தமும் கூஜாவும் அறை வாசலைக் கடந்தார்கள். ஒரு பத்தடி தூரம் அவர்கள் நடந்திருப்பார்கள். பாய்ந்து அறை வாசலுக்கு வந்து சுந்தரம் அவர்களைப் பார்த்துக் கூறினான்.

"டேய்! எங்க அண்ணனையா காலி பண்ணச் சொல்றீங்க. ங்கொம்மாளை கீசிடுவேன்" என்றான்.

திகைத்துத் தடுமாற்ற முற்றுத் திரும்பிப் பார்த்த நித்தியானந்தம், உடல் விதிர் விதிர்த்து நடுநடுங்கி வாய் பேசவொண்ணாது கைகால் உதற ஸ்தம்பித்துப் போய் நின்றார். அவரது வாழ்நாளில் இப்படியொரு வார்த்தையை எந்த முனையில் இருந்தும் கேளாதவர் அவர். மௌனமாகப் படியிறங்கிக் காரில் ஏறி டிரைவர் அதைச் செலுத்த சென்றுவிட்டார்.

எனக்குச் சுந்தரத்தின் உயிரைக் காப்பாற்ற வேண்டிய நிர்ப்பந்தம் ஏற்பட்டு விட்டது. உடனே, அவனை அவனுடைய நண்பன் வீட்டுக்கு ஓடிப் போகச் சொன்னேன். நான் சொன்னதை வேத வாக்காகக் கொண்டு உண்மையில் ஓடினான் அவன்.

சுமார் ஒரு மணி நேரத்துக்குப் பிறகு கூஜா எனப்பட்ட மனிதன் பார்த்த மாத்திரத்தில் அடியாட்கள் என்று சொல்லத்தக்க நான்கு பேருடன் அறை வாசலில் தோன்றினான்.

"எங்க சார் அந்தப் பொறுக்கி?"

"அவன் அப்பவே போயிட்டானே?"

"நீங்க கொடுக்கற எடம்தான் அது. அவனை எல்லாம் சரிக்குச் சமானமா உங்க படுக்கை மேலே உட்கார வச்சிப்

பேசறீங்க பாருங்க, அதனாலே வந்த வினை இது. இன்னிக்கு ராத்திரிக்குள்ளே அவனை ரெண்டு கூறாக்கிப் போடலேன்னா, நான் ஓர் அப்பனுக்குப் பொறந்தவன் இல்லே.”

அவர்கள் திபுதிபுவென்று படியிறங்கிப் போனார்கள். தெருவில் ஒரு கார் புறப்படும் சப்தம் கேட்டது.

இரவு முழுக்க நான் தூங்கவில்லை. கண் லேசாக அயரும்போது பயங்கரக் கனவுகளே வந்தன, தலை துண்டாடப்பட்ட சுந்தரம். மறுநாள், நான் அலுவலகம் புறப்படும்வரை அவன் வரவில்லை. அன்று மாலையும் அவனைக் காணவில்லை. மறுநாள் மாலை கிருஷ்ணாம் பேட்டை இடுகாட்டை ஒட்டியிருந்த அவன் வீட்டுக்குச் சென்றேன். சுந்தரமும், பூஞ்சோலையும் தனிக்குடித்தனம் போய்விட்டதாகவும், அவர்களின் குடிசை சுடுகாட்டுக்கு அந்தப் பக்கத்தில் இருப்பதாகவும் அவர்கள் சொன்னார்கள். நான் அந்தக் குடிசைக்குச் சென்றேன். சுந்தரத்தின் மனைவியாக இருக்கும் பூஞ்சோலை என்கிற குழந்தை பாண்டி விளையாட வேண்டிய நேரத்தில், அடுப்பில் பானை வைத்துப் பொங்கிக்கொண்டிருந்தது.

“சுந்தரம் எங்கேம்மா?”

“இப்பதான் வெளியிலே போனார்”

“எங்கேன்னு சொன்னானா?”

“இல்லை”

நான் திரும்பினேன். சைதாப்பேட்டையில் எனக்கு ஒருவரைப் பார்க்க வேண்டியிருந்தது. பார்த்துவிட்டு சாராயக் கடைக்குப் பக்கத்தில் இருந்த பள்ளிக்கூட ஸ்டாப்பில் பஸ்சுக்குக் காத்து நின்றேன். சாராயக் கடையில் கூட்டம் தெரிந்தது. ஒரு பொங்கலை ஒட்டிய தருணம் அது. சாக்கணாக் கடையில் விதம் விதமாக வறுக்கப்பட்டும் மற்றும் பொரிக்கப்பட்டும் அகல அகலத் தட்டுகளில் வைக்கப்பட்டிருந்த நண்டுப் பொரியல், ரத்தப் பொரியல், மீன் வறுவல், தலைக்கறி தினுசுகளையெல்லாம் ஆர்வத்துடன் வேடிக்கை பார்த்துக்கொண்டிருந்தேன். காடா விளக்கு வெளிச்சத்தில் நான் அறிந்த ஓர் உருவம் நிழலாடிற்று. உற்றுப் பார்த்தேன். சுந்தரம். அதைவிட ஆச்சர்யம் அவன் பக்கத்தில் அந்தக் கூஜா, நான் விரைந்து அவர்கள் அருகில் சென்றேன்.

சுந்தரத்தின் தோளில் கை வைத்து, “என்னடா! என்ன ஆச்சு! ஏன் நீ ரூம் பக்கமே வரலை?” என்றேன். ‘குப்’பென்று இருவரிடம் இருந்தும் சாராய வாசனை வந்தது.

சுந்தரம் சொன்னான்.

"இந்த ஆளுக்குப் பயந்து நான் வெளியிலேயே வரலை அண்ணே."

நான் கூஜாவைப் பார்த்துக் கேட்டேன்.

"என்ன சார்! இந்தப் பையனை வெட்டணும் கொல்லணும்னு சொன்னீங்க. இப்ப ரெண்டு பேரும் சேர்ந்து தண்ணி போட்டுட்டு வந்து நிக்கறீங்க"

"என் மொதலாளி, என்னை வேலையை விட்டு நிறுத்திட்டான் சார். ரூம் வாடகையை என் சொந்த உபயோகத்துக்குத் திருப்பிட்டேன். ஓர் அவசரம். ஒரு முடை. பிறகு சரி பண்ணிக்கலாம்னு நெனச்சேன். அதுக்குள்ள முதலாளிக்குக் தகவல் தெரிந்து போச்சு. என்னை வேலையை விட்டு அனுப்பிட்டார். பத்து வருஷமா நான் அவர்கிட்டே வேலையிலே இருந்தேன். ஒரு சின்ன தப்பை அவர் ரொம்பப் பெரிசு பண்ணிட்டார். மனசுக்கு ரொம்பக் கஷ்டமா போயிடிச்சு. அதனாலதான் இப்போ சுந்தரத்துக்கிட்டே வந்து ஏதாவது வாங்கிக்குடுன்னு கேட்டேன். சுந்தரம் நெறைய வாங்கிக் கொடுத்திட்டான்." என்றான்.

எனக்குக் கோபம் வரவில்லை. எப்படியோ இந்த வெட்டுப் பழியும் குத்துப் பழியும் தீர்ந்து மனிதர்கள் தங்களை மீட்டுக்கொண்டார்களே என்று நிம்மதியாக அவர்களிடமிருந்து விடை பெற்றேன்.

1992

மாற்றம்

மாமா வருவதற்குள் இந்த ஊரை ஒரு சுற்றி சுற்றி வந்துவிட ஆசைப்பட்டான் மூர்த்தி.

மணி 4.30 ஆறு மணிக்கு மாமா ஊரில் இருந்து வந்து விடுவார். இன்னும் ஒன்றரை மணி நேரம். அந்த வாகனத்தை அவன் கட்டி ஆளலாம்.

மாமா இந்த டி.வி.எஸ் 50–ஐ கண்ணுக்கு நேராகக் காப்பாற்றி வந்தார். மாமாவுக்கு ஒரு மகள் இருந்தாள். சற்று ஏறக்குறைய மூர்த்தி வயது தான். இந்தப் பதினெட்டு வயதிலும் ஒரு மாமி மாதிரி இருந்தாள். அவளைக்கூட தொட்டுப் பேச, மாமா அனுமதித்து விடுவார். ஆனால் அவர் கண்கள் முன்னால் அந்த வாகனத்தை எவனும் தொடக் கூடாது.

மாமா பெண் சுமதிக்கு, அப்பா மேலே அந்தரங்கமாக ஏதோ கோபம் இருக்க வேண்டும். அதனால்தான் அவர் இல்லாத நேரம் பார்த்து மூர்த்திக்கு டி. வி. எஸ். ஐ எடுத்துக்கொண்டு போக அனுமதித்து விட்டாள்.

"நீயும் பின்னால் உட்காரேன்" என்றான் மூர்த்தி.

"கொழுப்பா?" என்றாள்.

ஆகவே அவன் மட்டும் வண்டியை எடுத்துக்கொண்டு கிளம்பி விட்டான். கடற்கரையை ஒரு வட்டமடித்து இரண்டு மூன்று நண்பர்களைச் சந்தித்து விட்டு, கிருஷ்ணன் டீ கடையில் வண்டியில் இருந்தபடியே ஒரு டீயும் குடித்து முடித்து விட்டிருந்தான். இதற்குள் முக்கால் மணி நேரம் ஆகி இருந்தது. மாமா பெட்ரோலை ஒவ்வொரு திங்கட்கிழமையும் நிரப்புவார். இன்றைக்கு

செவ்வாய்க்கிழமை. ஆக பெட்ரோல் தீர்ந்து விடுகின்ற பயமும் இல்லை. நாளைக்கு மாமா கண்டுபிடித்து விடுவார். நிச்சயமாக மாரடைப்பு வரும் அவருக்கு. ஆனால் அது அவன் கவலைப்பட வேண்டிய விஷயம் இல்லை.

காந்தி வீதியில் கழுத்துக்கு மேலே முடி பறக்க, அசுர வேகத்தில் வண்டியைக் கிளப்பிக்கொண்டு போனவனை 'சிக்னல்' என்கிற சிவப்புச் சனியன் தடுத்து நிறுத்தியது.

தன்னை அறியமலேயே காலரை இழுத்துவிட்டுக்கொண்டு ஸ்டைலாக பின்னால் நின்றிருந்த சுசூகி ஆளை இகழ்ச்சி தோன்றப் பார்த்தான். பகீரென்றது. அவன் வேலை செய்யும் பத்திரிகை ஆசிரியர், அதில் உட்கார்ந்து இருந்தார். அவர் முகம் மிகக் கடுமையாக இறுகியதை அவனால் பார்க்க முடிந்தது.

மூர்த்தி, அப்பொழுது மாலை ராணியில் வேலை பார்த்தான். மாலை ராணி, மூன்று மணிக்கு கடைகளுக்குப் போகும். மூன்று மணி தொடங்கி ஆறு மணிவரை அவனுக்கென்று கொடுக்கப்பட்டிருந்த பகுதியில் எல்லாக் கடைகளிலும், மாலை ராணி மாட்டப்பட்டிருக்கிறதா என்பதை அவன் கண்காணிக்க வேண்டும். கடைகளில் போஸ்டர்கள் தொங்கவிடப்பட்டிருக்கிறதா? தொங்க விடாதவர் யார்? எந்த கடைகளில் பேப்பர் போடப் படவில்லை என்பதைக் கணக்கெடுத்து ஆசிரியரிடம் (அ) மேனேஜரிடம் சொல்ல வேண்டிய பொறுப்பு மூர்த்திக்கு.

இந்த நேரத்தில் எசகுபிசகாக ஆசிரியரிடம் அவன் மாட்டிக் கொண்டான். சிக்னலில் அவருக்கு வழிவிட்டு அவர் முதுகை பார்த்தபடியே முடிந்தவரை மெதுவாகவே அவன் வண்டியை விட்டான். நாளைக்கு அவன் சீட்டு கிழிந்து விடப் போகிறது.

சில்லென்று வீசுகிற சாயங்காலக் காற்றில் அவன் உடம்பு நடுங்கியது. வேர்த்துக் கொட்டியது. சுளையாக மாசம் இருநூறு ரூபாய் வந்துகொண்டிருந்தது. அதற்கும் லங்கணம் வந்துவிடும். அப்பா வார்த்தையாலேயே அவன் தோலை உரித்து விடுவார்.

மூர்த்திக்கு அதற்கு மேல் சவாரி பண்ணப் பிடிக்கவில்லை. நேராக மாமா வீடு திரும்பினான். சுமதி அறையில் ஏதோ படித்துக்கொண்டிருந்தாள்.

"என்ன ஒரு மாதிரியாக இருக்கே மூர்த்தி?" என்றாள்.

மூர்த்தி நடந்ததைச் சொன்னான். எல்லாவற்றையும் அமைதியாகக் கேட்டுவிட்டு, அவள் சொன்னாள்:

"இதுக்குப் போய் ஏன் பயப்படுறே? ஆசிரியரை நீ பார்த்த இடம் உன் ஏரியாதானே? நான் டூட்டி மேலேதான் இருந்தேன் என்று நாளைக்கு கேட்டால் சொல்லு! அதை அவர் நம்பலைன்னா, வேலையை விட்டு அனுப்பினால், இன்னொரு பத்திரிகைக்குப் போயிடு! மாலை ராணி இல்லைன்னா மாலை ராஜா இருக்குது?"

மூர்த்திக்கு மிகுந்த ஆறுதலாய் இருந்தது.

அடுத்த நாள் காலை மேனேஜர் முன்னால் போய் நின்ற மூர்த்தியை, மேனேஜர் ஒரு மாதிரியாகப் பார்த்தார்.

"என்னப்பா நடந்தது நேத்து?" என்றார். மூர்த்தி நடந்ததைச் சொன்னான். ஞாபகமாக அவன் ஏரியாவுக்குள்தான் அவன் இருந்தான் என்பதை இரண்டு முறை திருப்பிச் சொன்னான்.

"அப்ப நீ தொலைஞ்ச? ஆசிரியர் வண்டியையே உராய்ஞ்சிக் கிட்டு போகணும்னா, உனக்கு எவ்வளவு மதப்பு இருக்கும்? நீ வந்த உடனே ஆசிரியர் பார்க்கணும்னார். போய் அவரைப் பார்த்துட்டு வா?"

மூர்த்தி ஆசிரியர் அறை முன்னால் போய் நின்றுகொண்டான்.

அவனுக்குக் கால்கள் வலித்தன. நீண்ட நேரத்திற்குப் பிறகு பியூன் வந்து ஆசிரியர் அழைப்பதாகச் சொன்னான். அவர் முன்னால் போய் நின்றான். மேசை மேல் இருந்த ஒரு பேப்பர் வெயிட்டைச் சுற்றியபடி, ஆசிரியர் சொன்னார்:

"மரியாதை இல்லாத நடத்தை. நான் இருக்கிறதுகூட தெரியாமல் என்னையே 'ஓவர்டேக்' பண்றே! அதுக்கு தண்டனையா இந்த மாசம் உனக்கு சம்பளத்துல இருபது ரூபாய் பிடிச்சிருவேன். ஒழுங்கா இருந்துக்க, இல்ல சீட்ட கிழிச்சிருவேன்."

மௌனமாகத் தலையசைத்து விட்டு வெளியே வந்தான் மூர்த்தி.

நடந்ததை அறிந்த சுமதி சொன்னாள். "இருபதுதானே, போகட்டும்! நான் உனக்கு முப்பது தாரேன்!"

ஆசிரியர் வானவில் நகரில் தங்கியிருந்தார், தனியாகத்தான். சமைத்துப் போடுவதற்கு வீட்டில் ஓர் ஆயாவை வைத்திருந்தார். வீட்டின் மாடி போர்ஷனில் மிலிட்டிரிக்காரன் குடும்பம் ஒன்று இருந்தது. அந்த வீட்டு அம்மாளை மூர்த்தி அறிவான். இரண்டு

வருடங்களுக்கு முன்னால் பேப்பர் போடும் பையனாய் இருந்த பொழுது, அவளை அவன் பார்த்திருக்கிறான். சராசரியைக் காட்டிலும் கொஞ்சம் வீங்கிப்போன ஒப்பனை உடையவளாக அவள் எப்பொழுதும் இருப்பாள். அந்த அம்மாமீது மூர்த்திக்கு நல்ல அபிப்ராயம் வந்ததில்லை.

உலகம் ரொம்ப சின்னது என்பது மூர்த்தி விஷயத்தில் சரியாக இருந்தது. ஒருநாள் சாயங்காலம் அவன் டூட்டியில் இருந்தான். காந்தி வீதியில் இருந்து மிஷன் வீதிக்கு அவன் போயிருக்க வேண்டும். திடுமென வானவில் நகரிலிருந்து அவன் ஏரியா கடைக்காரன் கம்பெனிக்குத் தரவேண்டிய பாக்கிப் பணம் அவன் நினைவுக்கு வரவே, வானவில் நகரை நோக்கி அவன் சைக்கிளை மிதித்தான்.

மூன்றாவது கட்டிடங்கில் இருந்த கடைக்காரர் வீட்டை நோக்கிப் போகையில் இரண்டாவது கட்டிங்கில் அவன் சைக்கிளை நிறுத்த வேண்டி வந்தது. தெருவை அடைத்துக்கொண்டு ஒரு கூட்டம். ஆர்வம் காரணமாக சைக்கிளை நிறுத்திவிட்டுக் கூட்டத்தை எட்டிப் பார்த்தான். மிலிட்டிரிக்காரன், ஆசிரியரை எழுத முடியாத வார்த்தைகளால் திட்டிக்கொண்டிருந்தான். கண்ணீரும் கம்பலையுமாக அந்த மிலிட்டிரிக்காரன் பொண்டாட்டி, கூட்டத்தின் நடுவில் நின்றிருந்தாள். பக்கத்தில் இருந்தவரிடம் “என்ன விஷயம்?” என்று கேட்டான்.

“அதாம்பா பொம்பள விஷயம். இந்தப் பத்திரிகைக்காரன் இருக்கானே, அவன் இந்த மிலிட்டிரிக்காரன் பொண்டாட்டியை வச்சிருந்தானாம். புருஷன்காரன் கண்டுவிட்டான். விவகாரம் சந்தைக்கு வந்துருச்சி.”

மூர்த்திக்கு ஓர் இனம் விளங்காத சந்தோஷம். ஆசிரியரே வில்லங்கத்தில் மாட்டிக்கொண்டது ஒரு சாதாரண காரியமா என்ன? விஷயத்தை முதல் முதலாக அறிகிற அதிர்ஷ்டம் அவனுக்குத்தானே வாய்த்தது. உடனே சைக்கிளை எடுத்துக்கொண்டு வந்து வேலையை விட்டு விட்டு, அவனைப்போலவே பத்திரிகைக் கடைப் பையன்களாய் இருக்கிற ஆறு பேரையும் தேடிப் பிடித்து விஷயத்தைப் பகிர்ந்துகொண்ட பிறகுதான் சமாதானப்பட்டான்.

இன்னும் ஒரு ஜீவனுடன் அவன் இந்த விஷயத்தைச் சொல்லியாக வேண்டும். அவள் சுமதி. நேராக சைக்கிளை

மிதித்துக்கொண்டு சுமதி வீட்டிற்குப் போனான். சுமதி அடுப்பறையில் வேலையாக இருந்தாள்.

"ரசந்தானே?" என்றபடி சமையலறைக்குள் நுழைந்தான்.

"வாசனையே சொல்லுமே" என்றாள் சுமதி.

மூர்த்தி, தான் பார்க்க நேர்ந்த ஆசிரியர் விவகாரத்தை சுமதிக்கு, தாழ்ந்த குரலில் சொல்லி முடித்தான். முகத்தில் மகிழ்ச்சி தோன்ற எல்லாவற்றையும் கேட்டுக்கொண்டிருந்தாள். கொதி வந்த ரசத்தை இறக்கி வைத்தாள். பிறகு கூடத்திற்கு வந்து நாற்காலியில் உட்கார்ந்துகொண்டார்கள்.

"என்ன சுமதி பேசாம இருக்கயே?"

"உன்கூட வேலை செய்யிற பையன்களுக்கிட்டே இதை நீயே போய் சொல்லியிருக்க வேண்டாம்னு தோணுது."

"ஏன் சொல்லக்கூடாது?"

"ஏன்னா, அது ஆசிரியரோட சொந்த விஷயம். ஆண், பெண் விஷயங்களைச் சம்பந்தப்பட்டவங்க அனுமதியில்லாம மத்தவங்க பேசறது தப்பு."

ஒரு நிமிஷம் யோசனையில் இருந்தான் மூர்த்தி. பிறகு சுமதியே தொடர்ந்தாள்.

"உனக்கும் எனக்கும் எந்த வகையான உறவு ஏற்படப் போகுது? அது மாதிரியான உறவுதான் ஆசிரியருக்கும் அந்த பொம்பளைக்கும். அதாவது ஆண், பெண் உறவை மட்டும் சொல்றேன். ஆசிரியர் சமாசாரத்துல இருக்கிற அம்சம் நம்ம உறவுல இருக்காது. இது வேற. ஆனாலும் விஷயம் அதுதானே? நம்ம பத்தி மத்தவங்க பேசறதை நாம் விரும்புவமா?"

மூர்த்தி புதிய வெளிச்சத்தோடு சுமதி வீட்டை விட்டுப் புறப்பட்டான்.

ஊருக்குக் கண்காட்சி வந்தது. கண்காட்சியில் மாலை ராணி ஸ்டால் போட்டிருந்தது. மாலை ராணி நிறுவனம் வெளியிடுகிற புத்தகங்கள் மற்றும் பத்திரிகைகளைக் காட்சிக்கு வைத்தார்கள். ஸ்டால் கூட்டத்தின் மேற்பார்வையாளராக மூர்த்தி நியமிக்கப்பட்டிருந்தான்.

கண்காட்சி என்பது, குடைராட்டினம், சேலம் பட்டாணி ஸ்டால், ஆனையடி அப்பளம், அரசாங்கத்தனி சாதனைகளை

முயன்று கண்டுபிடித்துப் போடும் ஸ்டால் இவற்றைப் பார்க்க வரும் கூட்டம் என்று ஸ்டால் கலகலப்பாயிருந்தது. ஸ்டாலுக்கு வெளியே மேசை நாற்காலி போட்டுக்கொண்டு அமர்ந்திருந்தான் மூர்த்தி.

வேடிக்கைப் பார்த்துக்கொண்டிருந்தவன் கண்களில் ஆசிரியர் தட்டுப்பட்டார். அவருடன் சுமார் இருபத்தைந்து வயது மதிக்கத்தக்க பெண் ஒருத்தி உடன் வந்துக்கொண்டிருந்தாள். யாராயிருக்கும்? என்று ஒரு கேள்வி எழுந்தது மூர்த்திக்கு. யாராக இருந்தால் நமக்கென்ன என்றும் கூடவே நினைத்தான்.

ஆசிரியர் அவன் ஸ்டாலை நோக்கி வந்தார். அந்தப் பெண்மணி ஸ்டாலுக்குள் நுழைந்து பத்திரிகைகளைப் புரட்ட ஆரம்பித்தாள். மூர்த்தி நாற்காலியில் ஆசிரியர் அமர்ந்துகொண்டார்.

"விற்பனை எப்படி?" என்றார் ஆசிரியர்.

"நல்லாயிருக்கு சார்!"

ஆசிரியர் பில் புத்தகத்தை வேகமாகப் புரட்டிப் பார்த்து விட்டு அவனிடம் சொன்னார்:

"மூர்த்தி! இவங்க என் உறவினர். திடீர்னு வந்துட்டாங்க. உனக்கு தெரிஞ்ச லாட்ஜில், கொஞ்சம் கௌரவமான லாட்ஜா இருக்கணும். ரூம் போட முடியுமா? உன் பேர்லயே போடணும்" என்றார் ஆசிரியர்.

"அதுக்கென்ன போட்டுக்கலாம் ஸார். எப்ப போடணும்?"

"இப்பவே, நான் ஸ்டால் பாத்துக்கிறேன். நீ போய்ட்டு வந்துரு"

ஆசிரியருக்கு அறை போட்டுக் கொடுத்துவிட்டு அந்தப் பெண் கேட்ட பழவகைகளும் பாலும் வாங்கிக் கொடுத்துவிட்டு சுமதி வீட்டிற்கு வர இரவு ஒன்பதுக்கும் மேலாகி விட்டது.

"என்னப்பா இவ்வளவு லேட்டு?" என்றார் மாமா.

"கொஞ்சம் ஆபீஸ்ல வேலை மாமா."

சுமதி மாடிப்படியில இருந்து மேலே வரச் சொல்லி அவனுக்கு சைகை செய்தாள். அவன் மாடிப்படிக்குப் போனான்.

"என்ன லேட்?"

"மேனேஜர் ஒரு வேலை வெச்சுட்டார். அதை முடிச்சிட்டு வர்றேன்."

"என்ன வேலை?"

"அவருக்கு ஒரு விருந்தாளி. அவங்க தங்க அறை பார்த்துக் கொடுத்துட்டு வர்றேன்."

"அவங்கன்னா யாரு?"

"யாருன்னு தெரியலை. ஆசிரியரோட உறவுக்கார பொண்ணாம்.!"

சுமதி அவனை அர்த்தத்தோடு பார்த்தாள். அவளுக்குச் சந்தோஷமாக இருந்தது.

1992

லச்சுமி

மேட்டுத் தெரு வழி நேராகப் போனால், ஏரிக்கரை தெருத் திருப்பம் வருகிறதல்லவா? திருப்பத்திற்கு எதிரில் இருக்கிற அரசமரத்து மேடையில்தான் லெச்சுமி அக்கா இட்லிக் கடை வைத்து நடத்திக்கொண்டிருந்தது. அரச மரத்தைச் சுற்றி இருந்த வட்ட வடிவ மேடை, ஒரு காலத்து மக்களின் மேலான ரசனையைக் குறிக்கிற அடையாளம். எந்நேரமும் வாய் ஓயாமல் சலசலத்துக் கொண்டேயிருக்கும். சிமென்ட் பூசிய வட்ட மேடையில் அமர்ந்திருப்பது அருமையான விஷயம் என்பது அனுபவித்தவர்களுக்குத்தான் தெரியும். அரச மர மேடையில் கொஞ்ச காலத்துக்கு முன்னால் வரை, ஒரு பிள்ளையார் இருந்தார். பிள்ளையார், ஐநூறு வருஷத்துப் பிள்ளையாராம். ஆகவே பிரசிடெண்டு அதை மேல் நாட்டுக்குக் கடத்தி விட்டாராம். பெரியவர்கள் பேசிக் கொள்வார்கள். வழக்கு வியாஜ்ஜியம் எல்லாம் நடந்தது. பிரசிடெண்ட் அதுக்குப் பிறகு மந்திரியாகக்கூட ஆனார்.

பிள்ளையார் இருந்த இடத்தில்தான் அக்கா கடை வைத்திருந்தது. எங்கள் வீட்டிலிருந்து கூப்பிடு தூரத்தில் இருந்தது கடை. கடை என்றால், பெரிய மாவு சட்டி ஒன்றும், அடுப்பு, இட்லி சட்டி ஒன்றும், காற்று மறைப்பாகத் தகர வளைவு ஒன்றும், இட்லி சுட்டுப் போட மூடி போட்ட கூடை ஒன்றும், கொஞ்சம் சவுக்குத் செத்தையுமே கடை. கோணி சாக்கின் மேல் அக்கா அமர்ந்துகொண்டு இட்லி வடைக்கும், சில்லறைக் காசுகளைக் சாக்கில் சொருகிக் கொள்ளும்.

கறுப்புத் தலையணைக்கு உறை போடுவது மாதிரி, கொஞ்சம் கொஞ்சமாக விடியத் தொடங்குகிற வேளையில் அக்கா கடை வைத்து விடும். அடுப்பின் செத்தைச் சுள்ளிகள் கனன்று, சட்டி சூடேறுகிற வேளையில், காலை சுத்தமாக விடிந்து விடும். ஏழு மணியை ஒட்டி, நான் தட்டையும், ஒரு கோழி முட்டையையும் எடுத்துக்கொண்டு, இட்லி வாங்க. அக்காவிடம் போவேன்.

பாட்டி வீட்டில் தங்கி, நான் படித்துக்கொண்டிருந்த காலம் அது. தினம் இரண்டு இட்லியும், ஒரு முட்டை தோசையும் அக்கா எனக்குக் கொடுத்துவிட வேண்டும் என்பது ஏற்பாடு. பாட்டியிடம் இருந்து அக்கா காசு வாங்கிக் கொள்ளும். அக்காவின் முன் நான் போய் நின்றவுடன், அக்கா தவறாமல் சொல்லும்.

“எங்க இன்னமும் காணோமேன்னு நினைச்சேன்.”

தினம் இப்படிச் சொன்னாலும், அக்கா சும்மா சொல்கிற வார்த்தையாகவும் இது இருக்காது. உள்ளபடியே அது என்னை எதிர்பார்த்துக்கொண்டு இருந்தது என்று உணரும் படியாக இருக்கும். அக்கா, முட்டையை உடைத்து அலுமினியத் தட்டைக் கவிழ்த்துப் போட்டாற்போல மூடி விட்டுக்கொண்டு வேக வைக்கும். அக்காவின் மஞ்சள் முகம் மினுங்கும். தினம் ஏரியில் மூழ்கி விட்டுத்தான் அக்கா கடையில் குந்தும் போலும். உலராத கூந்தல், அதன் முதுகை நனைத்து, ஜாக்கெட் முதுகோடு ஒட்டிக் கொண்டிருக்கும். தலை வாரப்படாமல், அப்படியே ஈரத்தில் படிந்திருக்கும். நெற்றியில் எரிந்துகொண்டிருந்த மாதிரி ஒரு சிவப்புப் பொட்டு.

ஏரிக்கரையில் குளித்து விட்டுத் திரும்புகிற ஜனங்கள், ஈரத்துண்டை இடுப்பில் சுற்றிக்கொண்டு, நின்றபடி இட்லிகளை பிட்டு வாயில் போட்டுக் கொள்வார்கள். இட்லி, அகலமும் பருமனும் கொண்டதாகவே இருக்கும். இட்லி குண்டானிலிருந்து எடுத்துப் போட்ட அம்பாரமாய் இட்லிகள், சப்பாத்தி பூக்குவியலாகக் காணும். அவித்த நெல்லில் இருந்து புறப்படும் ஆவிபோல சூடான இட்லியிலிருந்து வரும் ஆவியும், சுகமான வாசனையைத் தரும்.

இரண்டு இட்லிகளையும் முட்டை தோசையையும், மிளகாய்ப் பொடி எண்ணெயும், காய்ந்த மிளகாய்ச் சட்னியும் வைத்து தட்டை என்னிடம் நீட்டுகிறபோது, அக்கா மறக்காமல் இதைச் சொல்லும்.

"நல்லா படிச்சிக்கோ தெரியுமா?"

"சரிக்கா."

இட்லித் தட்டை நீட்டுகிறபோது, அக்கா இதைச் சொல்வதால், ஏதோ இந்த இட்லிகளைத் தின்பதால்தான் எனக்குப் படிப்பே ஏறுகிறது என்பதுபோல இருக்கும் அக்காவின் பேச்சு. ஆனால் மனசில், அக்கா மெய்யாகத்தான் சொல்கிறது என்று எனக்குப் புரியும்.

அக்கா சாயங்காலங்களில் என் பையில் இருக்கிற புத்தகம் நோட்டு எல்லாவற்றையும் எடுத்துப் புரட்டிப் புரட்டிப் பார்க்கும். அக்காவுக்குப் படிக்கத் தெரியாது. பள்ளிக்கூடம் போய் அறியாத மனுஷி அது.

"வைத்தி! ரெண்டு கிளாஸ் படிச்சு வைச்சிருக்கலாம். அந்த பாவி முண்டை... அதான் என்னைப் பெத்த ஓடுகாலி. ஆமா, இது படிச்சு தாசில் பண்ணப் போவுதாக்கும்னு என்னைய வீட்டுல வச்சிக்கிட்டு, என் தங்கைய என் இடுப்பில வச்சு சொருகிடுச்சு. அதான் படம் பார்க்கிறவளாயிட்டேன்." என்று அலுத்துக் கொள்ளும்.

அக்காவுக்கு நாலு வயசாக இருக்கிறபோது, அது அம்மா ஒரு குழந்தையைப் பெற்றுக்கொண்டதாம். குழந்தையைப் பார்த்துக் கொள்ளும் பொருட்டு அக்காவைப் பள்ளிக்கூடத்திற்கு அனுப்பவில்லையாம் அதன் அம்மா. அப்புறம் அக்காவுக்கு ஆறு வயசாக இருக்கிறபோது அதன் அம்மா, புருஷனை விட்டுவிட்டு ஊரை விட்டே போக, அக்கா மாமன்காரன் வீட்டுக்கு வந்துவிட்டதாம்.

"மாமா படிக்க வைக்கலையா?"

"மாமி சாணி பொறுக்க விட்டா."

அக்கா, அத்துடன் நிறுத்திக்கொண்டது. என் பாட்டிதான், எப்போதாவது, அக்காவின் கதையை சில வரிகளில் சொல்லும்.

"ஆளான மறுவருஷமே, குட்டிக்கும் மாப்பிள்ளை அமைஞ்சுது. என்ன பிரயோசனம், அவ தலையெழுத்து. அந்தப் பையன் கோயில்மாடு. ஊரில் ஏகப்பட்ட தொடுப்பு. சவுக்குக் கடை. கையில காசு புழக்கம் ரொம்ப அதிகம். தினவெடுக்கிற உடம்பு. குடி போதையில இவளை ஒரு வாட்டி கண்ணுமண்ணு தெரியாம போட்டு அடிச்சிட்டான். அதனால, இவ வந்துட்டா... திரும்பிப் போகல்லே. அப்புறமா, அவன் பல சமயம் வந்து கூப்பிட்டுப் பார்த்தான். இவ உன் சங்காத்தமே வேண்டாமுன்னுட்டாள்."

அக்காவுக்கு இப்போது இருபது, இருபத்திரண்டு வயசிருக்கும். ஏரிக்கரைக்கு எதிர்புறம் போன நாயக்கமார்த் தெருவில் அக்கா வீடு இருந்தது. கூரை போட்ட வீடு. பின்னால் ஆடு தொடாச் செடிகள் மறைப்பாக இருக்கிற சின்னத் தோட்டம். அக்கா வீட்டுக்குப் பக்கத்தில் என்னுடன் படித்த நவநீதகிருஷ்ணன் இருந்தான். அவனிடம் வகுப்பில் எனக்கு நெருங்கின சினேகம். அவன் வீட்டுக்குச் சென்று திரும்புகையில் அக்கா வீட்டுக்குள்ளும் நுழைந்திருக்கிறேன். வீட்டு உள்கூடத்தில் அக்காவின் அப்பா, குதிரை கோபாலு நாயக்கர் படுத்துக் கிடப்பார். விருத்தாசலம் ஜங்ஷனிலிருந்து ஊருக்கு வண்டி அடித்துக்கொண்டிருந்தார் அவர். திடீரென வந்த பாரிச வாயு காரணமாக படுத்துக் கிடந்தார்.

"குதிரையை என்ன பண்ணினக்கா?"

முதல் தடவை, அக்கா வீட்டுக்குப் போகையில் கேட்டேன்.

"குதிரையைக் கட்டித் தீனி போட முடியல்ல. நம்ம வயிரே காயுது. அதுவும், தினம் சவாரி பண்ணின குதிரையாச்சா. ஒரு இடமா நிற்க முடியாமே தவிச்சுப் போச்சு. வந்த வெலைக்கு வித்துப்பூட்டேன். எங்கியாவது கண் காணாத இடமா, வாயில்லா பிராணி நல்லா இருந்தா சரி" அப்புறமாக அக்காவே சொன்னது.

"நேத்துகூட அந்த ஆளு வந்து கூப்பிட்டுச்சு... வாணாம், இந்த வம்புன்னு சொல்லிட்டேன்."

"யாருக்கா?"

"யாரா? எவன் என்னை கூப்பிடுவான்? என்னைத் தொட்டுத் தாலி கட்டின பேமானித்தான்."

"போகலாமேக்கா."

அக்கா என்னை கூர்ந்துப் பார்த்தது. என் எதிரில் வந்து நின்றது. "இங்க பாரு" என்றபடி, தன் ஜாக்கெட் பட்டன்களை அவிழ்த்து மார்பைக் காட்டியது. எனக்கு அந்தக் காட்சி அதிர்ச்சியைத் தந்தது. முதல் முறையாக ஒரு பெண்ணின் மார்பகத்தைப் பார்க்க நேர்ந்தது அப்போதுதான். காம்புக்கு மேலே, பல்படிந்த தழும்பு காணப்பட்டது, காம்பேகூட இல்லாமல் போன மாதிரி. அந்த இடத்தில் கடித்துப் போட்ட நகம் அளவுக்குக் கறுப்புத் தோல் தென்பட்டது. உடம்பு நிறத்துக்குச் சற்று வெளுத்த மார்பில், உள்ளங்கை அளவுக்கு இருந்தது தழும்பு.

“குடிவெறியில் இப்படிக் கடிக்கிற ஆளுகிட்ட எப்டி வாழறது? நீயே சொல்லு வைத்தி. ஒரு வாட்டி, நான் மாட்டேன்னு சொன்னப்போ, கொள்ளிக் கட்டையாலே தொடைக்கு மேலே இழுத்துப்பூட்டான். பாத்தா பயந்தே போயிடுவே நீ” என்றபடி எனக்கு முன்னால் அமர்ந்துகொண்டு அழுதது. ஒன்றிரண்டு நிமிஷங்கள்தான், அதுவே தன்னைத் தேற்றிக்கொண்டது.

“இப்போ அக்கடான்னு நிம்மதியா இருக்கேன். வியாபாரம் பண்றேன். நாலு காசு சம்பாதிக்கிறேன். மானமா, அப்பாவும் நானும் கஞ்சி குடிக்கிறோம். நிம்மதியா தூங்கறேன். என்னத்துக்கு ஆம்பளையும், அவஸ்தையும்” என்றபடி நிதானமாகப் பட்டன்களைப் போட்டுக்கொண்டது அக்கா.

அக்கா, இப்படிச் சொன்ன கொஞ்ச காலத்துக்குப் பிறகு, நான் இட்லி வாங்கப் போகையில் கடைக்குப் பக்கத்தில் உட்கார்ந்திருந்த ஆளைப் பார்த்துக் கொள்ளும் படி, கண் சாடை செய்தது அக்கா. அழுக்கு வேஷ்டியும், பரட்டைத் தலையும், நோய் வந்து சிதைந்த உடம்புமாக ஒருத்தர் சாப்பிட்டுக் கொண்டிருந்தார். சாப்பிடும் வேலையே, அவருக்கு, பெருத்தத் துன்பம் தருவது மாதிரி தெரிந்தது. அன்று சாயங்காலம்தான், அந்த ஆள் யாரென்று தெரிந்தது. அவள் கணவன்தான். கடை போய்விட்டதாம். க்ஷயரோகம் வந்து இருமிக்கொண்டு கிடக்கிறானாம்.

“ஆயா... ஒரு நூறு ரூபா எடுத்துக் கொடேன். அந்த ஆளைப் பார்க்க பாவமா இருக்கு.”

அக்கா, சேர்த்து வைக்கிற காசை என் பாட்டியிடம்தான் கொடுத்து வைக்கும்.

“அந்தக் கேப்மாரிக்கு எதுக்குடி தர்றே? நெருப்பில கெடந்து சம்பாரிக்கிற! தேவடியாளுக்கு காசை இறைச்சவனுக்கு என்னத்துக்குப் பாவம் பார்க்கணும்?”

“போவுது போ. படுத்துக்கிட்டவ எல்லாம் இவன் படுத்துக்கிட்டா, கிட்ட வருவாளுகளா? ஏதோ இருக்கு கொடுக்கறேன். வச்சு ரெண்டு மாசம் துன்னுட்டுச் சாவட்டுமே”

அன்று மாலையே அக்கா அவனுக்குப் பணம் கொடுத்து அனுப்பி வைத்தது. அக்கா சொன்னபடியே இரண்டு மாசத்துக்குள் அவன் செத்துப் போனான்.

நான் பத்தாம் வகுப்பு படித்துக்கொண்டிருந்தபோதுதான் சிவா டீச்சர் எங்கள் தெருவுக்கு குடி வந்தார். என் வீட்டிற்கு நேர் அடுத்த வீடு அவருடையது. ஆரம்பப் பள்ளி வாத்தியாராக இருந்தவர் அவர். எனக்கும், அவருக்கும் வெகு சீக்கிரமே பரிச்சயம் ஏற்பட்டு விட்டது. அக்கா கடையில் வைத்துத்தான் வாத்தியாரை நான் அறிமுகம் செய்துகொண்டேன். கலகலப்பான பேச்சும் என்னை மாணவனாகவோ, சிறுவனாகவோ கருதாத அவருடைய பழகுமுறை என்னை மிகவும் கவர்ந்தது. கன்னங்கரேலென்று உறுதியான ஆரோக்கியமான உடம்பும், அதை வெளிக்காட்டுகிற வெள்ளை பனியனோடும், தூக்கிக் கட்டிய வேஷ்டியோடும் சிவா இட்லி கடைக்கு வருவார். கூச்சப்படாமல் ஒரு வாத்தியாரே, தம்மிடம் இட்லி வாங்க வருவது அக்காவுக்கு மகிழ்ச்சியாக இருந்தது. அந்த மகிழ்ச்சி அக்கா முகத்தில் துலாம்பரமாக தெரிந்தது.

அக்கா அவருக்கென்று சூடாக தோசை வார்க்கிற அந்த சில நிமிஷங்களில் சிவா, அக்காவைக் கிண்டல் செய்வார்.

“உங்க தோசையில் மட்டும் விசேஷமா என்னத்த போடறீங்க? நீங்களும் அரிசியிலதானே தோசை வார்க்கறீங்க. புதுசா மணமும் குணமும் எப்படிக் கூடுது? என்று சொல்லிவிட்டு சிவா என்னைப் பார்த்து கண்ணடிப்பார். அதுக்கு அக்கா “என் விரலில் பொத்துக் கிட்டு தேன் வழியும். அதனாலதான் தோசை ருசியா இருக்கு, பார்க்கறீங்களா?” என்றபடி விரலை அவர் முன் நீட்டும்.

“அதென்ன விரலா, வெண்டக்காவா?” என்று கேட்டார் சிவா. அக்கா அதற்கும் எதையோ கிண்டலாய்ச் சொல்லும். இப்படியாக, தினம் அவர்கள் கிண்டல் செய்து கொள்வார்கள். ஜனங்கள் கூட்டமாய் நின்றால் அக்கா பேசுவதைத் தவிர்த்துவிடும். சிவாகூட அமைதியாக இருந்து கொள்வார். தங்கமணி பேலசில் ‘பார்த்தால் பசி தீரும்’ ஓடிக்கொண்டிருந்தது. “இன்னிக்கு அதை பார்க்காம பசி தீராது” என்று அக்காவிடமும் என்னிடமும் சொன்னார் சிவா. தொடர்ந்து “நீயும் வா வைத்தி. ஆறு மணி ஆட்டந்தான்” என்றார். அக்கா எங்கேயோ ‘பராக்கு’ பார்த்துக்கொண்டிருந்தது. அன்று மாலை நானும் சிவாவும் சினிமாவுக்குப் போயிருந்தோம். இடை வேளையில் லைட் எரிந்தது. பையன்கள் சோடா, கலர் டீ குடிக்கிற பொழுதுதான் அக்காவும் சினிமாவுக்கு வந்திருந்தது தெரிந்தது. எதேச்சையாக பெண்கள் பகுதியின் பக்கம் பார்த்த பொழுதுதான், அக்கா

என்னைப் பார்த்து சிரித்தது. சிவாவுக்கு அக்கா வந்திருந்தது ஏற்கெனவே தெரியும் போலும். கலர் விற்பவரிடம் அக்காவைச் சுட்டிக் காட்டி அதுக்கும் ஒரு கலர் கொடுக்கச் சொன்னார் சிவா. கலர் விற்பவர் அக்காவை நெருங்கியபோது அக்கா கூச்சப்பட்டுத் தலையை அசைத்து 'வேண்டாம்' என்றது. 'சாப்பிடு' என்பது மாதிரி சிவா தலையை அசைத்தார். அக்கா வாங்கிக்கொண்டது. எதிர்பக்கம் தலையைத் திருப்பியபடி வெட்கத்துடன் குடித்து முடித்தது.

அக்காவின் வீட்டில் நான் ஒரு நாள் பேசிக்கொண்டிருந்த பொழுது அக்கா திடும் என்று, "சிவா வாத்தியாரைப் பற்றி நீ என்ன நினைக்கிறே வைத்தி?" என்று கேட்டது.

நான் யோசித்து விட்டு, "ரொம்ப தமாஷான ஆள்" என்றேன்.

அக்கா பதில் பேசாமல் இருந்தது.

"ஏன் என்ன விஷயம்?"

"ஒன்றுமில்ல விடு"

"சும்மா சொல்லுக்கா..."

"நேத்து மார்க்கட்டுல வச்சு வாத்தியாரைப் பார்த்தேன் சாயங்காலம். என்ன ராத்திரிக்கு மீன் குழம்பா? வரலாமான்னு கேட்டாரு. பக்கத்தில, அண்டையில் இருக்கிறவனுகளுக்கு நாக்கு நாலடியாச்சே. நான் கம்முன்னு இருந்துகிட்டேன். ராத்திரி ஒன்பது மணி இருக்கும், கதவைத் தட்டிக்கிட்டு இவரு வந்துட்டாரு. வாத்தியார்! 'போ'ன்னு சொல்றது மரியாதையா? சாப்பிட்டுட்டு வீட்டிலயே இருந்துட்டாரு. அப்பாவுக்கு நல்லவேளையா, ராத்திரி பூராவும் சுரணை திரும்பலே"

அக்கா தலையைக் குனிந்துக்கொண்டது.

சில நாட்களுக்குப் பிறகு, அக்கா பாட்டியிடம் கொடுத்து வைத்திருந்த பணம் முழுசையும் கேட்டது.

"எடுக்குடி?"

"ராசம்பாளையத்தில் ரெண்டு கானி சகாய வெலைக்கு வருதாம் பாட்டி. வாங்கி போடலாமேன்னுதான்."

"செய்யி, அது வேண்டியதுதான். ஆரு மெனக் கெடறா?"

"வாத்தியாருதான்."

பாட்டி, அக்காவைப் பார்த்துக்கொண்டு பேசாமல் இருந்தது. பிறகு சொல்லிற்று. "எப்படியோ சந்தோஷமா இருந்தா சரி. உங்க தெரு பொம்பளைக என்னான்டை வந்து என்னமோ சொல்லிக்கிட்டு இருந்தாளுக. லெட்சுமியை நான் அறிவேன்னுட்டேன். ஆமா பணம் போறாதுபோல."

“மீதியை அவரு போட்டு வாங்கி என் பேருல ‘ரீஸர்’ பண்றேன்னார்.”

“ஏதாச்சும் தப்பாயிடப் போகுது”

“போகாது பாட்டி. படிச்சவரு. வாத்தியாரு. அப்படி பண்ணமாட்டாரு.”

பள்ளி இறுதி தேர்வில் நான் ஈடுபட்டிருந்தேன். மாமியார் செத்துவிட்டதாக தகவல் வந்தது என்று சொல்லி அக்கா கிளம்பியது. இது ஊருக்கான தகவல்தான். வாத்தியார் ரிஜிஸ்தர் பண்ண அழைக்கிறதாகப் பாட்டியிடம் உண்மையைச் சொல்லிச் சென்றது அக்கா. ரெண்டு நாளில் திரும்பி வருவதாகத் திட்டம். தேர்வு முடித்து, நான் என் சொந்த ஊருக்குத் திரும்பும் வரையில் அக்கா திரும்பவில்லை. அரச மரத்தடி வெறிச்சோடிக் கிடந்தது. எனக்கு என் பிறந்த நாளை நான் மறந்தாலும், அக்கா மறக்காமல் எனக்குச் சட்டை வாங்கிக் கொடுத்துக் கொண்டாடும். என் பிறந்த நாள் வந்தது. அக்கா இருக்கும் இடம்தான் தெரியவில்லை. பாட்டி மட்டும் ஒருமுறை சொன்னார்.

“தங்கமான பொண்ணு. மனசு நோகாம அவன் வச்சிக்கிடணும்.”

நான் ஊருக்குத் திரும்பினேன். எஸ். எஸ். எல். சி தேர்வு முடிவு ஊருக்குத் தெரிய வேண்டும். கல்லூரிக்கு விண்ணப்பிக்க வேண்டும். இந்தக் கட்டத்தில்தான் அக்கா, எங்கள் ஊருக்கே வந்தது. நான் வெளியே சென்று வீடு திரும்பியபோது, அம்மாவும் அக்காவும் அடுப்பறையில் சுவாரஸ்யமாக பேசிக்கொண்டிருந்தார்கள். அக்கா கீரை ஆய்ந்துக்கொண்டிருந்தார். “வைத்தி வந்தாச்சு” என்று என்னைப் பார்த்தது, அக்கா. ரொம்பவும் இளைத்தும், கறுத்தும் போயிருந்தது. இந்த இரண்டு மாசத்துல அன்று மாலைதான் எனக்கு விவரம் தெரிந்தது.

“ஏமாந்து போயிட்டேன் வைத்தி. படிச்சவர்னு நினைச்சேன். வெறும் ஆள்னு அப்புறமாத்தான் தெரிஞ்சுது” என்றது அக்கா.

சிவா, அக்காவுக்கு ஏதோ ஓர் இடத்தில் வீடு எடுத்துக் கொடுத்திருக்கிறார். இரண்டு மாசம் இருந்திருக்கிறார்கள். அப்புறம்தான், சிவா கல்யாணம் பண்ணிக்கொள்ள ஏற்பாடு செய்துகொண்டிருந்தது, அக்காவுக்குத் தெரிந்திருக்கிறது. சிவாவுடன் வேலை செய்யும் டீச்சராம் பெண்.

அக்கா ஊருக்குப் புறப்பட்டதும், நான் சிவாவை அவர் மாற்றலாகிப் பணியாற்றிக்கொண்டிருக்கும் குறிஞ்சிப்பாடிக்கே

போய்ச் சந்தித்தேன். என்னைப் பிரமாதமாக வரவேற்றார். முனியாண்டி விலாசுக்கு அழைத்துப் போய் பிரியாணி வாங்கிக் கொடுத்தார். வாய்ப்பு நேர்ந்தபோது நான் கேட்டேன்.

"அக்காவை நீங்க கல்யாணம் பண்ணிக்குவீங்கன்னு நினைச்சேன்."

"யாரு, அந்த இட்லிக்காரியையா?" என்றார் சிவா டீச்சர்.

புதுமுக வகுப்பு முடிந்து, விடுமுறையில் பாட்டி வீட்டுக்கு வந்தேன். அரச மரத்தடி அக்கா இட்லி கடைக்குத் தட்டை எடுத்துக்கொண்டு போனேன். அக்காவுக்கு ரொம்பவும் சந்தோஷம். "சாயங்காலம் வீட்டுப் பக்கம் வா" என்றது. போனேன். சிவாவைப் பற்றியும் பேசினேன்.

"என்ன இப்படிப் பண்ணிப் போட்டாரே, சிவா."

"போறார் விடு" என்றது அக்கா.

"நிலம் கிரயம் பண்ணக் கொடுத்த பணம் என்ன ஆச்சு?"

"நிலமா! எல்லாம் பொய்யி! ஏதோ கூலி கொடுத்த மாதிரி ஆச்சு. புருஷக் கூலி."

அக்கா சிரித்தது. அப்புறம் அழுதது. நீண்ட நேரம் அழுதுகொண்டே இருந்தது.

1992

விளக்கு

தூய்மா துரை காலை உலாவலுக்குப் புறப் பட்டார். உலாவல் என்றால், கை கால் வீசி நடப்பது அல்ல, குழந்தையின் ஸ்பரிசம்போல, சில்லென்றிருக்கும் காலை வேளைகளில், குதிரை மேல் ஆரோகணித்துக்கொண்டு, முற்றாத இளங்காற்றை அனுபவிப்பது. துரை, கோட்டையை விட்டுப் புறப்பட்டு வழுதாவூர் வாசல் பக்கமாக வந்து, அப்படியே கோட்டையின் இந்த முனைக்கும் அந்த முனைக்குமாக ஒரு சவாரியை மேற்கொள்வார். கோட்டையின் பாதுகாவலையும், புதிதாகக் கட்டப்பட்டுக் கொண்டிருந்த பகுதியையும் மேற்பார்வை பார்த்துக்கொண்டும், குதிரையை நிதானமாக, நடக்கிற கதியில் செலுத்திக்கொண்டு, தன் உலாவலைத் தொடர்வார்.

சென்னப் பட்டணத்து வாசல் வழியாகக் கடந்து, பெருமாள் கோயிலையும் கடந்து, கோயிலை ஒட்டியிருக்கும் வெற்றிலைத் தோட்டங்களை ஒரு பார்வை பார்த்துக்கொண்டு கிழக்காக மீண்டும் திரும்பி, வாய்க்காலைக் கடந்துகொண்டு தம் மாளிகைக்குச் சென்று சேர்வதைத் தம் நித்திய வழக்கமாகக்கொண்டிருந்தார் தூய்மா.

பெருமாள் கோயிலைப் பார்க்க நேராகப் போய்க் கொண்டிருந்தார் தூய்மா. கூட்டமாகச் சிலர், பாடிக்கொண்டு எதிரே வருவது தெரிந்தது. பஜனைக் கோஷ்டிகள் போலும். வானத்துக்கும் சுண்ணாம்பு அடித்ததைப்போல, பனி பூசிக் கிடந்தது. பனி கொட்டும் அற்புதமான இந்த மாதத்தில், இது மாதிரி பஜனைக் கோஷ்டி வருவதைப் பலமுறை அவர் கண்டிருக்கிறார்தானே.

கோயிலைக் கடந்து வெற்றிலைத் தோட்டத்தின் பக்கமாக வந்து நின்றார். பள்ளத்தில் வெற்றிலைக் கொடிக்கால் கன்றுகளும், அதை அடுத்து வாழைத் தோட்டமும் அவர் கண்களைச் சிக்கெனப் பிடித்து நிறுத்தின.

குளிப்பாட்டின குழந்தையைப்போல பளிச்சென்று இருந்தது வெற்றிலைத் தோட்டம். பனியில் நனைந்தும், காலை ஒளியில் பளீரிட்டுக்கொண்டிருந்த அக்காட்சியையே, கண் கொட்டாமல் பார்த்துக்கொண்டு இருந்தார் தூய்மா. பள்ளத்தில் இருந்த எழுந்து வந்த காற்று, பசுந்தழையின் மணத்தைச் சோர்ந்திருந்தது.

தூய்மாவுக்கு, இந்தப் புதுச்சேரி, கடந்த பத்தாண்டுகளாகப் பரிச்சயமான ஒன்றுதான். சின்னஞ்சிறு உத்தியோகம் முதல் பலவிதமான உத்தியோகங்களில் இருந்து விட்டு, குவர்னராகியிருந்தார் தூய்மா. இந்த ஊரில்தான் அவர் கல்யாணமும் செய்துகொண்டிருந்தார். தினம் தினம்தான் அவர் இந்த ஊரைப் பார்த்துக்கொண்டிருந்தார். தினம் தினமும், அவருக்கு இந்த ஊர் புதிய புதிய அழகைத் தருகிறதே! தூய்மா, தான் வந்த தெருவைத் திரும்பிப் பார்த்தார். பெண்கள் எடுக்கிற தலை வகிடு மாதிரி நேராக இருந்தது, அந்தத் தெரு. வகிடுக்கு இரு புறமும் புரள்கிற கூந்தல் மாதிரி, தெருவுக்கு இரு புறமும் வீடுகள்.

தன் கற்பனையை, தானே சிலாகித்துக்கொண்டு, வாழைத் தோட்டத்துப் பக்கம் குதிரையைச் செலுத்தினார். வாழைத் தோட்டமும் பள்ளத்தில்தான் இருந்தது. விவசாயமே, இந்த தேசத்தில் பள்ளத்திலும், படுகையிலும்தான் நடந்தது. பள்ளத்தில் உழுது பயிர் செய்யும் உயர் மக்கள் வாழ்ந்துகொண்டிருந்தார்கள். சின்னஞ்சிறு குடிசைகளில் குடிசைகளின் கூரையில் பூசணிக்கொடி படர்ந்து அல்லது சுரைக் கொடி பரவியிருந்தது.

குதிரைகளுக்கு, எசமானின் மனோபாவம் தெரிந்து விடுகிறது. ஆச்சர்யம்தான். அந்தக் குதிரையும், தூய்மாவின் மனசைப் புரிந்துகொண்டதுபோல, மென்னடை நடந்தது. வாழைத் தோட்டமும், கோட்டைச் சுற்றுச் சுவருக்கும் இடைப்பட்ட பகுதியைக் கடக்கும்போது, அவர் காதில் ஓர் இனிமையான பாடல் போலும் ஒன்று வந்து பாய்ந்தது. குதிரையை நிறுத்தி விட்டு, சற்று அதுக்குக் காது கொடுத்தார்.

"புதுச்சேரிப் பட்டணமாம் - என் கண்ணே
பொன் கொழிக்கும் பட்டணமாம்,
பட்டணத்துச் சிப்பாயோ - நீ
படியளக்கும் மன்னவரோ?

யாரடிச்சா நீ அழுக.
அடிச்சாரைச் சொல்லி அழு
ஆற்காட்டுப் பொன்னுருக்கி- என் கண்ணே உனக்கு
ஆறு வடச் சங்கிலியாம்.

புதுச்சேரிப் பொன்னுருக்கி - என் கண்ணே உனக்கு
                   புல்லாக்கு ஒட்டியாணம்
போட்டிடுவார் உன் மாமன்.

மாடு வண்டி முன்னூறு
           மாடுகளோ அறுநூறு
காடு கழனி ஆயிரமாம்
கை வளையோ பதினாயிரம்
வைப்பாட்டி மனைகளுக்கு
           வாரிவிட்டார் உன் மாமா.
தங்கச்சி மகளுக்குத்
           தங்கமழை பொழியாரோ...?"

தூய்மா, அந்தப் பாடலைக் கேட்டு கிறுகிறுத்துப் போனார். குதிரையை மேட்டுப் பக்கம் தட்டி நடத்தினார். அங்கிருந்து, அந்தப் பெண் தென்பட்டாள். பள்ளச் சரிவில் வளர்ந்திருந்த பூவரச மரக் கிளையில் ஏனை கட்டி குழந்தையைப் போட்டுத் தாலாட்டுப் பாடிக்கொண்டிருந்தாள் ஓர் இளம் பெண், பதின்மூன்று பதினாறு வயசுச் சிறுமி. குழந்தை உறங்கிவிட்டிருந்தது போலும், நிதானமாக ஏனையை நிறுத்தி, அண்ணாந்தவள், குதிரை மேல் இருந்த துரையைப் பார்த்துத் திடுக்கிட்டாள்.

"பெண்ணே, இங்கே வா" என்றழைத்தார் தூய்மா.

தப்பு செய்த குழந்தையைப்போல, அவள் தயங்கிக்கொண்டு அவர் அருகில் வந்து நின்றாள்.

"உன் பேரு என?"

"பச்... பச்சிலை சாமி."

"இப்போ நீ பாடினாயே, அந்தப் பாட்டை எனக்கு எழுதித் தருகிறாயா?"

பிரபஞ்சன் | 143

அவள் முகத்தை தன் இரு கைகளாலும் மூடிக்கொண்டாள்.

"எழுதித் தர மாட்டாயா. தயவு செய்து எழுதிக் கொடு பெண்ணே!"

"சாமி, பொட்டைக்கு எழுத்து வராதுங்களே"

"உனக்கு எழுதப் படிக்கத் தெரியாதா?"

"ஊகும்"

"அப்போ, இந்தப் பாட்டை எப்படிப் பாடினாய்?"

"என் ஆத்தா பாடும், அத்தைக் கேட்டு நான் பாடறேன்."

"உம்... இது யாரு உன் தம்பியா, தங்கையா?"

பச்சிலை, அவரை ஏறிட்டுப் பார்த்துவிட்டு, "என் மவ" என்று விட்டு முகத்தை மீண்டும் மூடிக்கொண்டாள்.

"உன் புருஷன் என்ன பண்ணுகிறார்?"

"அவர் செத்துப் பூட்டாரு. தப்பு, தப்பு... மாரியாத்தா அழைச்சுக்கிட்டா..."

தூய்மாவுக்கு மனம் சங்கடப்பட்டது.

"சாப்பாட்டுக்கு என்ன பண்றே?"

"ஆத்தாவோட கூலி வேலைக்குப் போறேனே" என்ற அவள் வார்த்தையில் கம்பீரமும், ஒரு பெரிய மனுஷத் தனமும் இருந்ததை துரை கவனித்தார்.

"நான் யார் தெரிகிறதா?"

அவள் "ஆம்" என்பதுபோல் தலையசைத்தாள். "சிப்பாய்" என்றாள்.

தூய்மா சிரித்தார். அவள் பயந்து, மரத்துக்குப் பின்னே போய் ஒளிந்துகொண்டாள்.

"ஏன் பயம்? எதுக்கு பயப்படுகிறாய்?"

அவள் ஒரு கண்ணை மட்டும் வெளிப்படுத்தி "சிப்பாய்னா அடிப்பாங்க. பொண்ணுங்களைத் தூக்கிப் போயி கெடுத்துப்பூடுவாங்க..." என்றாள்.

தூய்மா தலை கவிழ்ந்துகொண்டார்.

துரை, தன் நயினாரை விட்டு, பச்சிலைப் பற்றின தகவலைச் சேகரித்தார். வெற்றிலைக் கொடிக்காலுக்குப் பின் இருக்கிற பள்ளத்தில் இருக்கிற சனங்களில் ஒருத்தி, பச்சிலை இந்த ஊர் வழக்கப்படி வயசுக்கு வரும் முன்னே கல்யாணம்

பண்ணிக்கொண்டு, ஒரு வருஷத்தில் புருஷனை அம்மைக்குப் பலி கொடுத்தவள்...

'என்ன சனங்கள்' என்று இருந்தது, அவருக்கு. எப்படிப்பட்ட பரிதாப வாழ்வை, கொஞ்சமும் முகம் சுளிக்காமல், எப்படி இவர்களால் வாழ முடிகிறது? யோசித்து, யோசித்து துரை ஒரு முடிவுக்கு வந்தார். புதுச்சேரிப் பட்டணத்தில் ஒரு பள்ளிக்கூடம் தொடங்குவது என்று தீர்மானத்துக்கு வந்தார். இந்தக் கருத்தை தலைமைப் பாதிரியாரிடம் குவர்னர் கலந்தார். பாதிரியார் யோசித்து விட்டுச் சொன்னார்.

"குவர்னருக்கு இந்த ஊர் வழக்கம் தெரியும்தானே? ஆண்கள் வாத்தியாராக இருந்தால், பெண்களை யாரும் பள்ளிக்கு அனுப்ப மாட்டார்கள். பெண்களும் பத்து வயசு வரைக்கும்தான் படிப்பார்கள்."

"ஏன், அப்புறம் படிக்கிறதுக்கு என்ன?"

"அப்புறம்தான் அவர்களுக்குக் கல்யாணம் ஆகிவிடுமே"

குவர்னர் தூய்மா பாரிசுப் பட்டணத்துக்குக் காயிதம் எழுதி, எழுத்து கற்பிக்கும் கன்னியாஸ்திரிகளை வரப் பண்ணினார். கோயிலை ஒட்டி, பாதிரிகள் தங்கியிருக்கும் மடத்துக்கு அருகாமையில், கன்னியாஸ்திரிகளுக்கு மடம் ஒன்றைக் கட்டுவித்து, அதை ஒட்டி ஒரு சிறுபள்ளிக்கூடத்தையும் அமைத்தார். பச்சிலை, பள்ளிக்கூடத்தைப் பெருக்கி, கூட்டி, கழுவி பராமரித்துக் கொள்வது, அங்கே அவள் படித்துக்கொள்ளவும் வேண்டியது. கன்னியாஸ்திரிகளுடன் சாப்பிட்டுக்கொண்டு, தன் குழந்தையுடன் மடத்துக்குள்ளேயே தங்கிக்கொள்ள வேண்டியது என்று திட்டம் செய்தார் குவர்னர் துரை.

பச்சிலைக்கு, சகலமும் வெகு ஆச்சரியமாக இருந்தது. கல்லால் ஆன கட்டடத்தில் அவள் வாழ்கிறாள். அவள் இருக்கிற இடத்திலே சன்னல் இருக்கிறது. அவளுக்குச் சாப்பாட்டுக்கு ரொட்டியும் சோறும் கிடைக்கிறது. மாற்றிக் கட்ட சுத்தமானத் துணி கிடைத்தது. கன்னியாஸ்திரிகளான அக்காக்கள், காலையில் எழுந்த உடனே பல் விளக்கினார்கள். அப்புறம், தினம் தினம் குளித்தார்கள். நித்தமும் துவைத்த ஆடைகளையே உடுத்தினார்கள். காலில் செருப்பு போட்டார்கள். பூசணிப் பூ மாதிரி இருக்கிறார்கள்.

காலையில் எழுந்ததும், பள்ளி மடம் இரண்டும் பெருக்கி, கழுவி, அங்கிருந்த மாதா சொரூபத்துக்கு முன் சாணம் இட்டு மெழுகி, கோலம் போட்டு, தூங்கி எழுந்து அழும் குழந்தைக்குப் பால் போட்டு, தானும் குளித்துத் தயாராவது, என்று ஒரு காலைப் பொழுதை அவள் துவக்குவாள். பள்ளிக்கூடத்திற்கு மூன்று பெண்கள் வந்தார்கள். பெரிய மனுஷர்கள் யாரும் தங்கள் பெண்களை பள்ளிக்கூடத்துக்கு அனுப்பச் சங்கடப்பட்டார்கள். மூன்று சட்டைக்காரக் குழந்தைகள் வந்தன. பச்சிலை நாலாவது மாணவி.

காலையில், ரொட்டியும் வெண்ணெயும் சாப்பிட்டு படிப்பு ஆரம்பிக்கும்.

‘ஆ, பே, சே, தே’ என்று பிரஞ்ச் அரிச்சுவடி அப்புறம், ‘ஓரோன் ஒன்று’ என்கிற வாய்பாடுத் தொடங்கும். வயசான ஓர் அம்மாள், தமிழும் சொல்லிக் கொடுத்தார். கொன்றை வேந்தன், நல்வழி. மதியம் சாப்பாட்டுக்குப் பிறகு, சில நாள் படிப்பு. சில நாள் விளையாட்டு என்று வளர்ந்தது, பச்சிலையின் கல்வி.

குவர்னர், வாரம் ஒருமுறை பள்ளிக்கு வருகை தந்தார். அக்காக்களிடம் பேசி தேவைகளை அறிந்து கொள்வார். தேவையான உத்தரவுகளைப் பிறப்பிப்பார். அப்புறமாகப் பச்சிலையைப் பார்த்து “பச்சிலை... அன்னைக்கு நீ பாடின பாட்டை எப்போ எழுதித் தரப்போகிறாய்” என்பார்.

“தர்றேன் சுவாமி” என்றாள் பச்சிலை. அவளுக்குத்தான் அ, ஆ எல்லாம் வந்து விட்டதே! சீக்கிரமே அவள் எழுதிக் கொடுப்பாள்.

அன்றும் குவர்னர் தூய்மா பள்ளிக்கு வந்திருந்தார். குழந்தை சுவரைப் பிடித்துக்கொண்டு நின்றிருந்தாள். குவர்னர், பச்சிலையைப் பார்த்து, “இந்தக் குழந்தையின் பெயர் என்ன?” என்றார்.

வாயில் விரலை வைத்துக் கடித்துக்கொண்டு, “இன்னும் பேரு வைக்கிலை சாமி” என்றாள், பச்சிலை,

“வயசு மூணு ஆயிருக்குமே. இன்னுமா பெயர் வைக்கலை? உடனே ஒரு பெயரைச் சொல்”

பச்சிலை, கால் விரலால் தரையைக் கீறிக்கொண்டிருந்தாள். பிறகு “புத்தாயி” என்றாள்.

"அதற்கு என்ன அர்த்தம்?" என்றார் குவர்னர்.

"புத்து நாகம்மாளுக்கு அந்தப் பேரு சாமி" என்றாள் அவள் வெட்கத்துடன்.

துரைக்குப் பக்கத்தில் நின்றுகொண்டிருந்த பாதிரியார் முகம் சிணுங்கலுடன் அதை ஆட்சேபித்தார்

"அது என்ன பேர். புத்தும் பாம்பும்? நான் சொல்கிறேன் எஸ்தர். என்ன அழகான பெயர். எஸ்தர் என்றால் விளக்கு என்று அர்த்தம்"

துரை, பச்சிலையை கேட்டார்.

"பச்சிலை, உனக்கு இந்தப் பெயர்- எஸ்தர் பிடிச்சிருக்கா? தைரியமாகச் சொல். யாருக்கும் பயப்பட வேண்டாம்."

பச்சிலை, தயக்கத்துடன் பாதிரியாரைப் பார்த்துக்கொண்டே "இல்லை" என்பதாகத் தலையை அசைத்தாள்.

"சரி, அப்படியென்றால் புத்தாயி என்றே இருக்கட்டும்"

பாதிரியார் இதை ரசிக்கவில்லை.

"குவர்னர், இந்த சனங்களுக்கு இந்த சுதந்திரத்தைத் தரக்கூடாது. இதுகளுக்கு ஞானம் தர வேண்டிய பொறுப்பும் நமக்கு உண்டு என்பதை நாம் மறக்கக்கூடாது."

குவர்னர் சொன்னார்.

"இல்லை, தந்தையானவரே! நான் ஒருபோதும் அதை மறக்கவில்லை. என்றாலும், பிறத்தியார் சுதந்திரத்தில் நான் தலையிடக்கூடாது என்று முடிவு பண்ணிக்கொண்டிருக்கிறேன்."

பாதிரியார், அங்கிருந்த கன்னியாஸ்திரிகள், அதிகாரிகள் எல்லோரையும் ஒருமுறை பார்த்துவிட்டுச் சொன்னார்:

"இந்தப் பள்ளிக்கூடமும், இந்த மடமும் என் கட்டுப்பாட்டில் இருக்கிறது. இந்தச் சகோதரிகள் என் பேச்சுக்குக் கட்டுப்படுவதுதான் சரியாக இருக்கும் என்று நம்புகிறேன். இந்தச் சகோதரிகளை என் பொறுப்பில் வைத்துக்கொள்ளத்தான் பாரிசு பட்டணத்து சபை அங்கீகாரம் அளித்துள்ளது. இந்த மடத்துக்குள் என் பேச்சு அலட்சியப்படுத்தப்படுமானால், அது சரியாக இருக்குமா என்பதைக் குவர்னர் யோசிக்க வேணும்."

சின்ன விஷயம் பெரிதாகி, காகிதத்தில் குவர்னரும், பாதிரியாரும் பேசி, அடுத்த ஆறாம் மாதம் கன்னியாஸ்திரிகள் பாரிசு பட்டணத்துக்கே திருப்பி அனுப்பப்பட்டார்கள். பள்ளிக்கூடம் மூடப்பட்டது.

வானத்துக்குச் சுண்ணாம்பு அடித்தாற் போன்ற ஒரு பனி மாசம். துரை, உலவாலுக்காக வெற்றிலைத் தோட்டத்தின் பக்கமாக வந்துகொண்டிருந்தார். பூவரச மர மேட்டில், நாலைந்து குழந்தைகள் அரை முழு நிர்வாணமாக அமர்ந்திருந்தன. பச்சிலை சொல்லச் சொல்ல அவைகள், அரிச்சுவடி சொல்லிக்கொண்டிருந்தன.

தூய்மா, குதிரையை விட்டு இறங்கி, மரத்தின் கீழ் போய் நின்றார். பச்சிலை, குனிந்து நமஸ்கரித்தாள்.

"பச்சிலை என்ன பண்ணுகிறாய்?"

"சொல்லிக் கொடுத்துக்கொண்டிருக்கிறேன் ஐயா"

தூய்மா அந்தக் குழந்தைகளைப் பார்த்தார். பச்சிலையின் குழந்தையும் அவர்களுடன் அமர்ந்திருந்தாள்.

பச்சிலை துரையிடம் சொன்னாள்:

"ஐயா எனக்கு எழுத காகிதமும் கட்டை இறகும் வேணும்"

"என்னத்துக்கு?" என்றார் துரை.

"ஐயாவுக்கு அந்த தாலாட்டுப் பாட்டை எழுதித் தர வேணும்."

1993

வாசனை - 1

1

செண்பக ராஜலட்சுமிக்கு ஜனவரி பிறந்தால் முப்பத்தாறு வயது நிரம்பிவிடும். அரசு நிர்வாகத்தில் இருக்கும் ஒரு கல்லூரியில், ஒரு துறைத் தலைவராக வேலை பார்க்கிறாள். நிறைந்த சம்பளம்தான். இந்தியா போன்ற நாட்டில் அந்தச் சம்பளம் பெரிய தொகைதான். அவளிடம் கலர் டி. வி. மற்றும் வி.சி.ஆர். ஒரு குட்டி ஃபிரிட்ஜ் முதலான சகல வஸ்துக்களும் இருக்கின்றன. சமையல் அறையில், அரைவை மிக்ஸர், முதலான நவீன இயந்திரங்கள் அனைத்தும் இடம் பெற்றிருக்கின்றன. நூக்க மர பீரோவில், எல்லா சந்தர்ப்பங்களுக்கும் பொருந்தும்படியான புடவைகள் வைத்திருக்கிறாள். திருமணம், வரவேற்பு, புதுமனை புகுவிழா, புஷ்பவதிக்கு நீராட்டும் விழா, நண்பர் வீடுகளுக்கு மதிய அல்லது இரவு உணவுக்குச் செல்லும் வைபவம், கடற்கரை உலாவல், அலுவலகம் செல்லத் தக்க உடை, நெருங்கியவர் மரணச் சடங்குக்குச் செல்லும் வகை ஆடை அனைத்தும் ரக வாரியாக அடுக்கி வைத்திருக்கிறாள். வங்கியில், கணிசமானத் தொகை அவள் இருப்பில் உள்ளது. தவிர, அவள் சம்பளத்தில் பிடித்தமாகும் பணம் ஓய்வு பெறுகையில் கிடைக்கும். தவிர, நான்கு பீரோக்களில் ஏராளமான நல்ல புத்தகங்களைப் படித்துப் பாதுகாத்து வைத்திருக்கிறாள். படுக்கையறையில் இதமும், மென்மையும் குளிர்ச்சியும் கொண்ட ஓர் ஒற்றைக் கட்டில் வைத்துள்ளாள். தவிர, லோஷன் மணக்கும் குளியல் அறையும் உண்டுதான்.

மக்கள் பார்வையில், செண்பகாவின் வாழ்க்கை வெற்றி பெற்ற வாழ்க்கைதான். தஞ்சாவூரிலிருந்து வருஷத்துக்கு ஒரு மாசம் செண்பகாவோடு வந்து தங்கும் சித்தி சொல்வாள். "உனக்கென்னடியம்மா ராஜாத்தி! கைநிறையச் சம்பளம். பிக்கல் பிடுங்கல் இல்லாமே ஹாயா இருக்கே" என்பாள். அந்தச் சித்தி, இரண்டு பிள்ளைகள், அவர்களின் மனைவிமார்கள், பேரன் பேத்திகள் ஆகியோர்களோடு இருந்துகொண்டு, ஒரு சின்னஞ்சிறிய வீட்டில், சமைத்துப் போட்டுக்கொண்டு, புழுங்கி வியர்த்துக்கொண்டு இருப்பவள். ஆகவே செண்பகாவின் தனி வாழ்க்கை ஹாயாக இருப்பதாகத் தோன்றுகிறது. ஆனால் இதே சித்தி, மற்ற உறவுக்காரர்களிடம் என்ன சொல்வாள்?

செண்பகாவின் குணம் வாங்கிப் போட்டுக் கொள்வதல்ல, எதிரொலிப்பது.

சித்தி ஒருமுறை இது மாதிரிப் பேசுகையில், செண்பகா சொன்னாள்.

"ஏன் சித்தி! என்கிட்டே நான் ஹாயாக இருக்கிறதாச் சொல்றே! ஆனா, விழுப்புரம் பெரியம்மாகிட்டே, 'அவ கிடக்கிறா துடைகாலி. பொண்ணா அவள்? பொண்ணுன்னா காலா காலத்திலே ஒரு கல்யாணத்தைப் பண்ணிக்கிட்டு, குழந்தை குட்டி பெத்து, குப்பைக் கொட்ட வேண்டாமா? இது என்ன, சாமியார் வாழ்க்கை, பொண்ணு தனியா இருக்கிறதாவது, கண்ட கண்ட தடியனோடெல்லாம் சிரிச்சுப் பேசிக்கிட்டு, இளிச்சு

இழைஞ்சுக்கிட்டே! தூ...' அப்படீன்னு சொன்னியாமே?"

செண்பகா, முகத்துக்கு நேராக இப்படிச் சொன்னதும் சித்தியின் முகம் விளக்கை அணைத்ததைப்போலாகி விட்டது. சித்தி மறுநாளே ஊருக்குக் கிளம்பியவள், இரண்டு வருஷமாக செண்பகாவைப் பார்க்க வருவதில்லை.

செண்பகா யோசித்தாள். "தான் தனியாக இருப்பது இவர்களை ஏன் இப்படி உறுத்துகிறது?"

2

அபிராமி நகரில், ஒரு மாடிப் போர்ஷன் காலியாக இருப்பதாக அறிந்து, தன்னுடன் பணியாற்றும், சகப் பேராசிரியை மதன கல்யாணியோடு அந்த வீட்டைப் பார்க்கச் சென்றாள் செண்பகா.

பார்த்த மாத்திரத்தில், ஒரு மரியாதையைத் தோற்றுவிக்கத் தக்கதாய் இருந்தது வீடு. வீடுகளுக்கும் முகங்கள் இருந்தன. அழகிய முகங்கள். பணிவான முகங்கள். கர்வம் பொங்கும் முகங்கள். அலட்சியம் செய்யும் முகங்கள். செண்பகாவைப் பார்த்து, அந்த வீடு தன் இரு கைகளையும் கூப்பி வணக்கம் செய்வதாகத் தோன்றியது அவளுக்கு. காம்பவுண்டுக்குள் வேம்பும், நாலைந்து தென்னைகளும், ஒரு பவழ மல்லியும், புதராய்ச் சம்பங்கியும் இருந்தன. மாடி போர்ஷனுக்குத் தனியாகப் படிகள், வாசலிலேயே தொடங்கின. நுழைந்ததும் ஒரு சின்ன வரவேற்பரை. இரு பக்க ஜன்னல்களிலிருந்தும் காற்றும் வெளிச்சமும் வெள்ளமாய்ப் பிரவகித்தன. வரவேற்பறையை ஒட்டி ஒரு ஹால். ஹாலை வெட்டிக்கொண்டு குளியல் இணைப்புடன் கூடிய ஒரு படுக்கையறை. ஜன்னலைத் திறந்ததும், தென்னங்குலைகள் தெரிந்தன. ஓலைகள், ஜன்னல்கள் கம்பிகளை உரசின. வீடு செண்பகாவுக்கும், செண்பகா வீட்டுக்கும் பரஸ்பரம் பிடித்துப் போனார்கள்.

வீட்டு உரிமையாளரிடம் செண்பகா தன் மகிழ்ச்சியைத் தெரிவித்துக்கொண்டாள். உரிமையாளருக்குப் பின் நின்றிருந்த நடு வயதுப் பெண்மணி கேட்டாள்.

"எத்தனை பேர் நீங்க?"

"அப்படீன்னா?"

"எனக்குக் குடும்பம் இல்லை. நான் ஒருத்திதான். எப்பவாவது வருஷத்துக்கு ஒருமுறை என் உறவுக்காரர்கள் யாராவது வருவார்கள்."

வீட்டு உரிமையாளரும், அந்தப் பெண்மணியும் ஒருவர் முகத்தை ஒருவர் பார்த்துக்கொண்டார்கள்.

"நீங்க கல்யாணம் பண்ணிக்கலையா? இல்லை... அவர் இப்போ இல்லையா?"

"கல்யாணம் பண்ணிக்காதவர்க்கும், விதவைக்கும் வீடு கிடையாதா?"

இடைமறித்து அந்தப் பெரியவர் சொன்னார்.

"அதுக்கில்லை, தனி பொம்மனாட்டிக்கு அவ்வளவு பெரிய போர்ஷன் வேண்டியிருக்குமா?"

"அதைத் தீர்மானிக்க வேண்டியது நான்தானே சார். என்னாலே வாடகை கொடுக்க முடியும். உங்களுக்கு வீடு கொடுக்க முடியுமா, முடியாதா?"

மதன கல்யாணிக்கு, தான் தலையிட வேண்டும் என்று தோன்றியது.

"சார்... இவங்க டாக்டர் செண்பகா ராஜலட்சுமி. தமிழ்த் துறை தலைவராக இருக்காங்க. நிறைய புத்தகங்கள் எல்லாம் எழுதியிருக்காங்க. நீங்கள்கூட இவங்க பெயரைக் கேள்விப் பட்டிருக்கலாமே!"

"அம்மா, அது தெரிகிறது. இவங்க கௌரவப்பட்டவங்க என்கிறது தெரிகிறது. ஆனா, ஒரு தனியா இருக்கிற பெண்ணுக்கு, எப்படின்னுதான் யோசிக்கிறேன்..."

பெரியவரை யோசிக்கவிட்டு, செண்பகாவும் மதன கல்யாணியும் வெளியே தெருவுக்கு வந்தார்கள். தெருமுனை பஸ் நிறுத்தத்துக்கு வரும் வரை அவர்கள் மௌனமாகவே நடந்தார்கள். வெயில் மிக உக்கிரமாக இருந்தது. வாகனங்களின் புகை, பூமியை விழுங்கி விட்டதாகத் தெரிந்தது.

"இம்மா பெரும் உலகத்தில், வீடா கிடைக்காது செண்பகா? வேறு வீடு பார்க்கலாம்."

"வீட்டுக்குப் பஞ்சம் இல்லை. ஆனால் மனுஷர்? ஒன்று புரிகிறது, ஒரு பெண் தனியாக இருப்பதை யாராலும் தாங்கிக் கொள்ள முடியவிலை."

"தப்பாக நினைக்கிறார்களோ?"

"அப்படி மட்டும் சொல்ல முடியாது, மதனா! பெண்ணைத் தாயாக, மகளாக, மனைவியாக மட்டுமே சமூகம் பார்க்கிறது, தாயாக இருந்தால் மகனோடு, மகளாக இருந்தால் பெற்றோர்களோடு, மனைவியாய் இருந்தால் ஒரு புருஷனோடு சேர்த்துப் பார்த்தே பழகிவிட்டார்கள். தனியாக ஒருத்தி வாழ முடியும் என்பதை ஏற்க, அவர்களுக்குச் சங்கடமாக இருக்கிறது. காரணம் பெண்ணை ஒரு தனி மனுஷியாகப் பார்க்க யாரும் தயாராக இல்லை."

3

அந்த வாரம் வேலை மிகக் கடுமையாக இருந்தது. செண்பகாவுக்கு, ஆறு நாட்களின் கடின உழைப்பு அவள் கண்களில் தெரிந்தது. கண்கள்

பஞ்சடைந்தது போலவும், கண்களுக்குக் கீழே திடீரென்று இரு கருவளையங்கள் வந்தது மாதிரியும் இருந்தது அவளுக்கு. அதோடு, அவளுக்குச் சிரமம் தரத் தொடங்கியிருந்த அந்த மூன்று நாட்களும் வேறு அந்த வாரத்தில் வந்து சேர்ந்துகொண்டது. உடம்பு, அவளை கெஞ்சுவது கேட்டது. செண்பகாவுக்குத் தலைவலி விட்டு விட்டு, மதியத்திலிருந்து அவளை வேலை செய்வதனின்றும் தடுத்தது. கடந்த இரண்டு மாதங்களாகவே டாக்டரைப் பார்க்க வேண்டும் என்று அவளுக்குத் தோன்றிக்கொண்டிருந்தாலும் நான்காம் நாளில் கிடைக்கும் ஒருவகை வலிக் குறைவு, அவள் யோசனையை மாற்றியபடி இருந்தது. மணிக்கு ஒரு முறை சுரீரென்று குத்துவது போல் வரும் வயிற்று வலி, அன்று அவளைப் படுத்தியது. கண்டிப்பாய் நாளைக் காலை டாக்டரைப் பார்க்க வேண்டும் என்று தீர்மானித்தாள் செண்பகா. மறுநாள் ஏதோ விடுமுறை, ஆங்... மகாவீர் ஜெயந்தி.

வெயில், மரங்களின் தலையில் அமர்ந்திருந்தது. மணியைப் பார்த்தாள் செண்பகா. நான்குக்கு மேல் ஆகிவிட்டிருந்தது.

"புறப்படலாமா?" என்றாள் செண்பகா, மதன கல்யாணியைப் பார்த்து.

"என்ன ஒரு மாதிரி இருக்கே? உடம்பு சரியில்லையா?"

"என்னென்னவோ கோளாறு. அதோடு அதுவும் சேர்ந்துடுச்சு ஓவர் பிளீடிங்"

"டாக்டரைப் பார்க்க வேண்டியதுதானே?"

"நாளைக்குத்தான் போகணும்..."

பையை எடுத்துத் தோளில் மாட்டிக்கொண்டு கிளம்பினாள் செண்பகா. மதனா தொடர்ந்தாள். வராந்தாவைக் கடந்து பிரின்ஸிபல் ரூமைக் கடந்து போகையில், பிரின்ஸிபாலின் அட்டெண்டர் வந்து, மேடம் புரொபசரைக் கூப்பிடுவதாகச் சொன்னான்.

"சரி, நீ போ மதனா... நான் மேடத்தைப் பார்த்து விட்டு போய்க் கொள்கிறேன்"

மேடம் என்பவளுக்குச் சற்றேறக்குறைய செண்பகத்தின் வயதுதான் இருக்கும். செண்பகத்தைப்போலவே தனியள். பார்வைக்கு மிகவும் கிழண்டு போய், நரைத்த முடியோடும், இறுகிப் போன, சதா சிந்தனையில் ஆழ்ந்து போய் இருக்கும் மேடம் மேல்,

செண்பகாவுக்கு ஏனோ ஓர் ஒட்டுதல் இருந்தது. மேடத்தின் அறைக்குள் நுழைவதெனில், செண்பகத்துக்கு மிகப் பிடிக்கும். காரணம் அதன் தூய்மை. அனாவசியமான தூசும், துரும்பும், பேப்பர்களும் இல்லாது, பளிச்சென்று துடைத்து வைத்தாற்போல, தன்னை, தன் மேசையை, தன் அறையை வைத்திருப்பாள் மேடம்.

"மேடம் அழைத்தீர்களாமே" என்றவாறு, மேடத்தின் முன் போய் அமர்ந்தாள் செண்பகா.

"சாரி, போய்க்கொண்டிருந்த உன்னைக் கூப்பிட்டுட்டேன்."

"அதனால் என்ன, எங்கே செண்பகா வரல்லையேன்னு எதிர்பார்க்க யார் இருக்கா?"

மேடம், செண்பகாவைக் கூர்ந்து பார்த்தாள். அவளுக்கே உரிய சோகம் கவிந்த முகத்தோடு, பெருமூச்சொன்றை விட்டுக்கொண்டாள்.

"நொந்துக்கிறையா?"

"நோதல் என்ன, சந்தோஷித்தல் என்ன, இரண்டையும் கடந்து ரொம்ப நாளாச்சு..."

செண்பகா சிரித்துக்கொண்டுதான் இதைச் சொன்னாள்.

"நாம் இருவருமே ஒரு படகில்தான் பிரயாணம் செய்கிறோம்..." என்றாள் மேடம்.

"இரு..." என்றவாறு, எழுந்து பாத்ரூம் அறைக் கதவைத் திறந்துகொண்டு உள்ளே போய், முகத்தைத் துடைத்தபடி வெளியே வந்தாள்.

"செண்பகா... நாளைக்குக் காலைலே ஒன்பது மணிக்கு வர முடியுமா?"

"ஏன்?"

"பாடப் பங்கீட்டை முடிச்சுடலாம்னு பார்க்கிறேன்."

"நாளைக்கு வேண்டாமே மேடம். நாளைக்கு மறுநாள் வச்சுக்கலாமே"

"ஐயோ! நான் என் சொந்த வேலையா பாம்பே போறேன். திரும்ப ஒரு வாரம் ஆகுமே."

"அவசரம்னா, புரொபசர் மார்கரெட்டை வச்சு முடிச்சுடுங்களேன்.

அப்புறம் நான், ஏதாவது மாற்றம் பண்ண வேண்டியிருந்தா பண்ணிக்கறேன்."

"ஐயோ, நான் சும்மா உன்னைத் தொந்தரவு செய்வேனா! மார்கரெட்டை நான் கேட்டுட்டேன். அவங்க, 'என்ன மேடம், என்னைச் சொல்றீங்களே, ஒரு கண்ணு தெரியாத மாமியார், நடக்க முடியாத மாமனார், நாலு பையன்கள், இதுகளுக்கெல்லாம் வடிச்சுக் கொட்டி, வெந்ததும் வேகாததுமா கொட்டிக்கிட்டுக் காலேஜ் வருகிறேன் நான். கிடைக்கிற ஒருநாள் விடுமுறையில அக்கடான்னு படுத்துப் புரளணும்போல இருக்கு எனக்கு. ஏன் செண்பகாவைக் கூப்பிட வேண்டியது தானே? குடும்பமா, குழந்தையா, குட்டியா? ஒண்டிக்காரி. வான்னா, வருவாள்!' அப்படீங்கறாங்க. என்ன பண்ண?"

முள்.

வார்த்தைகள் ரோஜா இல்லை. பின், அவற்றுடன் முள் எப்படி ஒட்டிக்கொண்டு வரும்? வந்ததே? வலிக்கவும் செய்கிறது. கடுக்கவும் செய்கிறது. முள் குத்தினால் இரத்தம் வருமா? வந்ததே! ஆவி துடிக்குமா? துடித்ததே!

செண்பகா சொன்னாள்:

"மேடம்... எனக்குக் குழந்தை, குட்டி இல்லை. ஒப்புக்கறேன். ஆனா, குடும்பம் இல்லாமே இருக்குமா? நான் நடத்துவது குடும்பம் இல்லையென்றால், பின் வேறு என்ன? நான் நடத்துவதற்கு என்ன பெயர்? விபச்சாரமா? விடுதியா? அல்லது சாராயக் கடையா?"

செண்பகாவுக்கு இரைத்தது. பதற்றத்தில் உதடுகள் துடித்தன. கன்னங்கள், காதுகள் கோபத்தில் சிவந்தன.

மேடம் தாக்கப்பட்ட உணர்வில் சொன்னாள்.

"அமைதி... அமைதி பொறு செண்பகா. கட்டுப்படுத்திக் கொள். உன் கோபம், மார்கரெட் மீதா? அல்லது வேறு யார் மீதா? மார்கரெட் மீதுதான் என்றால், இவ்வளவு கோபப்படும் அவசியம் இல்லை. மற்றவர்கள் மேல் என்றால், அது வீண். ஒன்று புரிந்துகொள் செண்பகா. மார்கரெட் உன்னைப் பற்றிச் சொன்னது எனக்கும் பொருந்தும் இல்லையா? நானும் உன்னைப்போல கோபப்பட்டிருக்கலாம் இல்லையா? ஏன் படவில்லை? நாம் மற்றவர்களைப் போல் இல்லை என்பதை நாம் அறிவோம். அதனாலேயே, மற்றவர்கள் நம்மைத் தூற்றுவார்கள்

என்பதையும் நாம் எதிர்பார்த்திருக்க வேண்டும் தானே? அந்த மாதிரி விமர்சனங்கள் எல்லாம் நமக்குப் பாதகமாகாமல் இருக்கும் படியாக நம் மனசை நாம் தயாரித்துக் கொள்ள வேண்டாமா? உன் போக்கு உனக்குச் சரியென்றால், நீ தேர்ந்தெடுத்துக்கொண்டிருக்கிற வாழ்க்கை முறை உனக்கு சம்மதம் என்றால், மற்றவர் உன்மீது வைக்கிற விமர்சனத்தை நீ ஒதுக்கித் தள்ள வேண்டும் அல்லவா? மற்றவர் அபிப்பிராயம் உன்னைத் தொந்தரவு படுத்துகிறது என்றால், உன் மீதே உனக்கு நம்பிக்கை இல்லை என்பது பொருள்."

மேடம் எழுந்து வந்து செண்பகாவின் தோளை ஆதரவாகப் பற்றிக்கொண்டாள்.

4

ஸ்டேஷனை விட்டு இறங்கிக் காலாற கொஞ்ச தூரம் நடந்து மேற்கைப் பார்த்துத் திரும்பி மீண்டும் நடந்தீர்கள் எனில், ஒரு வெட்ட வெளி வரும். வெட்டவெளி என்பது குப்பைக் கொட்டும் இடம். லாரிகளில் வரும் நகர சபைக் கழிவுகள் சேமித்து வைக்கும் இடமாகவும், சுற்றுப் புறத்துக் குடிசை வாழ் மக்கள் மற்றும் அப்பக்கம் நடந்து போக நேரிட்டோர் உபாதைகளைக் கழிக்கும் கழிப்பிடமாகவும் அது பயன்பட்டது. வெளியைக் கடந்து வந்தீர்கள் எனில், குபுக்கென்று மண்ணில் இருந்து பீச்சி அடிக்கும் நீர்ச்சுனைகளைப் போல், குடியிருப்புப் பகுதியும், வீடுகளும் உங்கள் கண்களில் தட்டுப்படும். 'சீதை அபார்ட்மென்ட்ஸ்' என்கிற பெயரில், ஒரு புதிய கொத்துப் பிளாட்டுகள், இதழோரம் முளைத்த சிங்கப் பல் மாதிரி துருத்திக்கொண்டிருக்கும்.

சீதை பிளாட்ஸ்களை ஒட்டிய பக்கத்து மனையில், கூரை போட்டுக்கொண்டு, தமிழரசன் மிதிவண்டி நிலையம் வைத்திருந்தான். அவன் அப்பா திருவாரூர்க்காரர். ஆகவே அழகாக அவனுக்குத் தியாகராஜன் என்று பெயர் சூட்டியிருந்தார். ஆனால், அவனோ அரசியல் ஈடுபாடு காரணமாகவும், அரசியல் வழி ஏற்பட்ட தமிழ் ஈடுபாடு காரணமாகவும் தன் பெயரைத் தமிழரசன் என்று மாற்றிக்கொண்டான். ஏதோ ஒரு வகையில் அரசன்!

தமிழரசன் மிதிவண்டி நிலையத்துக்கு இளைஞர்கள், இரு காரணம் பற்றிக் கூடுவார்கள். ஒன்று அங்கு வாங்கிப் போட்டிருக்கும் சூடான செய்திகள் வெளிவரும் காலை, மாலைப் பத்திரிகைகள்

படிக்க; இரண்டு நிலையத்துக்குச் சற்று தூரத்தில்தான் ஒரு மகளிர் கல்லூரி இருந்தது. தமிழரசனின் நெருங்கிய நண்பன் எழில். வேலை தேடிக்கொண்டிருப்பவன். அவ்வப்போது கடைக்கு வந்து, நாட்டு நடப்பை வாசித்து அறிந்து, அவ்வப்போது 'பராக்கு'ப் பார்த்து விட்டுப் போகிறவன்.

மாணவிகள், கல்லூரிக்குள் சென்று அடைந்துவிட்ட, காலை பதினோரு மணி தெரு வெறிச்சோடிக் கிடந்தது. எழில் அப்போதுதான், அரசியல் தலைவர் ஒருவர், தலைவி ஒருத்தியைப் பார்த்து 'இழிமகள்' என்று சொன்ன செய்தியை வாசித்து முடித்திருந்தான். அதையே அசை போட்ட வண்ணமாய் இருந்தான். சீதை குடியிருப்புகளில் ஒன்றில் குடியிருக்கும் செண்பகா, கதவைப் பூட்டி, மீண்டும் பூட்டை இழுத்துச் சரி பார்த்து விட்டு, சாவியைப் பைக்குள் போட்டுக்கொண்டு, படி வழி கீழே இறங்கினாள். கடை வாசலில் நின்று, தமிழரசனைப் பார்த்து, "தம்பி, பால்காரி வந்தா, இன்னைக்குப் பால் வேண்டாம்னு சொல்லிடுங்க. நாளைக் காலைலே போட்டாப் போதும். என்ன சொல்லிடறீங்களா? ரொம்ப நன்றி" என்றாள்.

"சொல்லிடறேன் மேடம்" என்றான் தமிழரசன்.

செண்பகத்தின் உருவகம் மறைந்ததும், எழில் தமிழரசனைக் கேட்டான்.

"ஏம்பா, இந்தப் பொம்பளை தனியாவா இருக்கு?"

"உம்"

"ஆம்பிளைத் துணை?"

"எனக்குத் தெரிஞ்சு இல்லை."

"பார்த்தா பந்தயக் குதிரை மாதிரி இருக்கா! துணை இல்லாமே எப்படி?"

"இதெல்லாம் கண்ணுக்கு மறைவா நடக்கிற சங்கதி இல்லையா? நமக்கு எப்படிப்பா தெரியும்?"

"அதுசரி, புது பிரின்ஸிபாலுக்கும் அவளுக்கும் தொடுப்புன்னு பேசிக்கிறாங்களே..."

"நானும் பார்த்திருக்கேன், அவன் கார்லே இவள் வந்து இறங்குவா. ராத்திரி பத்து மணிக்கும் பன்னிரண்டுக்கும்."

“சுத்த பஜாரிங்க, கல்யாணம் கட்டிக்கிட்டு ஒருத்தனோட வாழுறதுக்கு என்ன?”

மண்ணெண்ணெயில் ஊறிய செயினைப் பல் சக்கரத்தில் மாட்டிய படியே தமிழரசன் சொன்னான்.

“கல்யாணம் கட்டிக்கிட்டா ஒரு புருஷன்தானே?”

இருவரும் சிரித்தார்கள்.

செண்பகா, திரும்பித் திரும்பிப் பார்த்தவாறு நடந்தாள். சோதனையாக, ஆட்டோவே கிடைக்காமல் நடந்தே கல்லூரிக்குப் போக வேண்டியதாயிற்று. நிதானமாகச் சமைத்துச் சாப்பிட்டுவிட்டே கிளம்பியிருந்தாள். அவள் ரஸம் நன்கு வாய்த்திருக்கவே கூட இரண்டு பிடி உண்டு விட்டாள் போலும், வயிறு ‘களக் களக்’கென்று இரைச்சல் இட்டது. புதிய பிரின்ஸிபாலாய் வந்திருக்கும் சொல் விளங்கும் பெருமாள் நேற்றே அவளிடம் சொல்லியிருந்ததால், இன்று அவளுக்குப் “பேப்பர் திருத்தும் வேலை இருக்கும். ஒரேயடியாகச் சாப்பிட்டு விட்டு மதியமே வந்துவிடு. மாலை காப்பி, டிபன் இங்கேயே பார்த்துக் கொள்ளலாம். இரவு சாப்பாடு சித்தி அனுப்பி வைப்பாள், ரெண்டு பேருக்கும். இரவு எத்தனை நாழிகையானாலும், உன்னை வீட்டில் சேர்ப்பது என் பொறுப்பு” அவர் அவளின் ஒன்று விட்ட சித்தப்பா. அப்பாவுக்கு ஒரு காலத்தில் ஒரு நெருக்கமான நண்பராய் இருந்தவர்.

5

மிக மேட்டுப்பாங்கான அந்த மேம்பாலத்தில், சைக்கிளை மிதித்துக்கொண்டே யாரும் கடப்பதில்லை. இறங்கி உருட்டிக்கொண்டுதான் கடப்பது வழக்கம். சிவா, இறங்கத் தயாராக இல்லை. அவன் உடம்பில் பல குதிரைகளின் சக்தி இருந்தது. அச்சக்தியை வெளிக்காட்டும் ஆசையும் இருந்தது. ஆகவே மிதித்துக் கடந்தான். மக்கள் அனைவரும் அவன் ஆற்றலை வியந்திருப்பார்கள் என்றே மனசுக்குள் நினைத்துக்கொண்டான். அது தந்த உற்சாகத்தில் சைக்கிளை மிக வேகமாக மிதித்துச் சீதை குடியிருப்புக்கு வந்து சேர்ந்தான். சைக்கிள் ஸ்கூட்டர்களுக்கென்று கட்டியிருந்த நிழற்குடையில் வண்டியை நிறுத்தி, பூட்டி ஹாண்டில் பாரில் தூக்கணாங்குருவிக் கூடு மாதிரி தொங்கிய காய்கறிப் பையை எடுத்துக்கொண்டு படிகளை நான்கே தாவலில் கடந்து முதல் மாடி முதல் வீட்டுக்கு முன் கதவைத் தட்டினான்.

செண்பகா கதவைத் திறந்தாள். சீப்பு, அவள் முடியிலேயே பொருத்தி வைக்கப்பட்டு இருந்தது. சிவா, காய்கறிப் பையைச் சமையல் அறையில் வைத்துவிட்டு வந்தான்.

"என்ன வாங்கி வந்திருக்கே?"

"கத்திரி, வெண்டை, வெங்காயம், பச்சை மிளகாய், கறிவேப்பிலை, இஞ்சி, ஹாங்... மறந்துட்டேனே உருளைக்கிழங்கு..."

"குட்... இரேன்... அரை மணியிலே சமைச்சுடறேன்..."

"வேணாம் மேடம், இன்னொரு நாளைக்குப் பார்த்துக்கலாம்..."

"உட்காரேன்"

சிவா, செண்பகாவுக்கு முன் அடக்கமாக அமர்ந்தான். தலையை வாரி ரப்பர் பேண்டால் முடித்துக்கொண்டு, "கொஞ்சம் இரு" என்றுவிட்டு எழுந்த செண்பகா, குளியல் அறை சென்று முகம் கழுவி நெற்றிக்கு இட்டுக்கொண்டு மீண்டும் வந்து அமர்ந்தாள்.

"அப்புறம், புதுசா ஏதாவது எழுதினியா?"

"கொண்டு வந்திருக்கேன் மேடம்" என்ற சிவா, தன் சட்டைக்குள்ளிருந்து ஊதுவத்திச் சுருனை மாதிரி ஒரு காகிதச் சுருளை எடுத்து அவள் முன் நீட்டினான்.

"என்ன இது?"

"கதைதான் மேடம்."

"அது தெரியும், அதை இப்படியா கொடுக்கிறது.? வியர்வை ஈரம்பட்டு, தாள் எல்லாம் நனைஞ்சிருக்கு பார். உன் காரியத்திலே உசத்தியானது எழுதறதுன்னு நீ நினைக்கிறது உண்மையா இருந்தா, அந்தக் கதை எழுதறதுக்கு நீ உபயோகிக்கிற தாள், மை எல்லாம்கூட சுத்தமா, கௌரவமா இருக்க வேண்டும் தானே?"

"சாரி மேடம். இனிமே இப்படிச் செய்யமாட்டேன்.?"

செண்பகாவுக்குச் சிரிப்பு வந்தது. அவள் சிரிக்கையில் அதிகமாக கண்கள் சிரிக்கும். அப்புறம் உதடுகள் விரியும். பல் வரிசைகள் புலப்படும். மேல் ஈறு தெரியாது. அவள் சிரிப்பது எதிராளியைத் தொற்றும்.

சிவாவும் சேர்ந்து சிரித்தான்.

பிரபஞ்சன்

"இத்தோடு ஆயிரம் வாட்டி, என்ன என்னத்துக்கெல்லாமோ 'சாரி' சொல்லிட்டே... பெரிய 'சாரி' மன்னம்பா நீ."

"நீங்க 'ஃப்ரீயா' இருக்கும்போது படிச்சுப் பாருங்க மேடம்."

"என்ன 'ஃப்ரீ?' இப்பவே..." என்றபடி கதையைப் படிக்கத் தொடங்கினாள் செண்பகா. அவ்வாறு பக்கக் கதையைச் சில நிமிடங்களில் படித்து முடித்தாள் அவள். சிவா, நகத்தைக் கடித்துக்கொண்டு அமர்ந்திருந்தான்.

"ப்ச்" இதுவும் காதல் கதை தானா? வாழ்நாள் பூரா, ஒரே கதையை எழுதிடறதுன்னு முடிவு பண்ணிட்டியா? பேரை மட்டும் மாத்தி ஒரே முக்கோணக் காதலை, எத்தனைக் காலம்தான் எழுதப் போறே, திரும்பத் திரும்ப...?

"நீங்க தானே மேடம் சொன்னீங்க"

"... ... ..."

"சாரி மேடம். உனக்குத் தெரிஞ்சதைத்தான் நீ எழுதணும்னு நீங்கதானே சொன்னீங்க?"

"சொன்னேன். உலகத்துல, காதல் ஒண்ணுதான் உனக்குத் தெரியுமா? அப்பா அம்மாவைத் தெரியாதா? அக்காத் தங்கச்சியைத் தெரியாதா? சினேகிதர்களைத் தெரியாதா? நல்ல மனுஷங்களை, அயோக்கியத் தனங்களைத் தெரியாதா? இதையெல்லாம் எழுதக்கூடாதா?"

"ஒரு அரை மணி இரேன். ஒரு ரஸம் பண்ணி, வெண்டைக்காய் கறி பண்றேன். சாப்பிட்டுட்டுப் போயிடேன்"

"மதனா அக்காகிட்டே, சாப்பிட வர்றேன்னு சொல்லியிருக்கேன் மேடம்."

செண்பகா எழுந்து நின்றாள்.

வெளிக் கதவைத் திறந்து, படி முனை வரை சென்று அவனை அனுப்பி வைத்தாள். திரும்பும்போது, எதிர் பிளாட் வாசலில் கோமு, பிள்ளையை இடுப்பில் வைத்து, சோறு ஊட்டிக்கொண்டு நின்றிருந்தாள். செண்பகாவைப் பார்த்துச் சற்றே உதடு கோணலாக "யாரு அந்தப் பையன்?" என்றாள் கோமு.

உள்ளே வந்து கதவைச் சாத்திக்கொண்டு, கதவின் மேலேயே சாய்ந்து கொண்டு நின்றிருந்தாள் செண்பகா. அந்த இளம்

குளிரிலும் வியர்த்தது அவளுக்கு. புகையும் சிகரெட்டை மிதித்தாற்போல, சுரீர் என்று ஒரு வலி, இதயத்தில் படர்ந்தது.

கடவுளே! ஏன் எல்லோருமே இப்படி இருக்கிறார்கள் என்று மனம் அலறியது.

அன்று அவள் சமைக்கவில்லை. உண்ணவும் இல்லை.

6

உறக்கம் மனிதருக்கு வாய்த்திருக்கிற பெருங்கொடை. உறக்கம் வலிகளைப் போக்குகிறது அல்லது குறைக்கிறது. சோகங்களின் அடர்த்தியை மென்மைப் படுத்துகிறது. துயரங்களைச் சந்திக்கும் புதுத்தெம்பை நல்குகிறது.

செண்பகா விழித்துக்கொண்டு மணியைப் பார்த்தாள். பத்துக்கும் மேலாகியிருந்தது. இவ்வளவு நேரமா உறங்குவது என ஒரு லேசான வெட்கம்கூட அவளுக்கு ஏற்பட்டது. எழ மனம் இன்றி அப்படியே படுத்திருந்தாள். மீண்டும் கோமுவின் நச்சான முகமும் வார்த்தைகளும் நினைவு வந்து லேசாகக் கசந்தது. யார்தான் தன்னைக் கீழாக, அலட்சியமாய் நினைக்கவில்லை. எல்லோரும்தான். ஆண்களும்தான். பெண்களும்தான். படித்தவர்களும்தான். பாமரரும்தான். கல்வி, அறிவு பற்றுதல், அன்பு, மரியாதை எல்லாம் இந்த இடம் வந்ததும் விடை பெற்று விடுகின்றன. மனிதனின் சகல நற்குணங்களையும் எரித்துப் போடும் உலைக்களம் அது.

தலை லேசாக வலிப்பதாகத் தோன்றியது. சூடாக ஏதேனும் குடித்தால் நன்றாக இருக்கும் போல் இருந்தது. எழுந்து ஆடையைச் சரிப்படுத்தி, கண்ணாடியில் முகம் திருத்திப் பின் கதவைத் திறந்தாள். பால் பொட்டலம் கிடந்தது. குனிந்து எடுத்தாள்.

“இப்போதான் எழுந்திருக்கேளா?” என்றாள் கோமு. அவள் வீட்டு வாசலில் நின்றிருந்தாள் கோமு.

“உம்”

“இன்னும் காபிகூட ஆகல்லையா?”

“இனிமேதான்.”

“ஐயோ! இருங்களேன், ஒரு நிமிஷம், காப்பிகொண்டு வரேன்.”

திடுமென்று பிடித்துக்கொண்டு பெய்யும் மழையில் நனைந்தது மாதிரி இருந்தது செண்பகாவுக்கு. என்ன மனிதர்கள் இவர்கள்? இந்தக் கரிசனம் உண்மைதானா, உண்மைதான்! இதுவும் உண்மை. அதுபோலவே நேற்று இரவு, 'அந்தப் பையன்' என்று கேட்டதும் உண்மைதான். இது என்ன இரட்டை முகம் என்றால், அது இரட்டை முகம் இல்லை. ஒரு முகத்தின் இரு வெவ்வேறு பங்களிப்புகள். சட்டென்று கோமுவின் மேல், இரக்கமும், வாத்சல்யமும் சேர்ந்தாற்போல் ஏற்பட்டது செண்பகாவுக்கு.

"இருக்கட்டும் மாமி, ரொம்ப தாங்க்ஸ். ஒரு நிமிஷம் ஆகுமோ, காப்பி போட" என்று விட்டு உள்ளே வந்து புகுந்துகொண்டாள்.

காப்பியைப் போட்டாள். ஒரு கப் எடுத்துக்கொண்டு, படுக்கைக்கு வந்தாள். தலையணையில் சாய்ந்தபடி கொஞ்சம் கொஞ்சமாகக் காப்பியை அருந்தத் தொடங்கினாள். காப்பி நன்றாக வந்திருந்தது. இன்னும் ஒரு கப் காப்பி மிகுந்திருந்தது. இந்த நல்ல காப்பியைப் பகிர்ந்துகொள்ள யாருமே இல்லையே என்று இருந்தது. அவளுக்கு தான் தனியாக, யாரும் இல்லாமல், பகிர்ந்து கொள்ள ஓர் ஆத்மா இன்றித் தவிப்பதாக, அவளுக்குத் தோன்றியது. பசித்தது. சமைக்கவும் செய்தாள். நிதானமாகக் குளித்தாள். ஈரம் உலர மொட்டை மாடிக்குப்போனாள். இலேசாகக் காய்ந்துகொண்டிருந்தது வெயில். கூந்தல் உலரும் மட்டும் மாடியில் இருந்தாள். அந்த உயரத்தில் இருந்து பார்க்கையில், மனிதர்கள் சிறுத்துப் போய் குள்ளம் குள்ளமான, அவர்களைப்போலவே குள்ளம் குள்ளமான வீடுகளில் வாழ்வதாகப்பட்டது அவளுக்கு. இந்நினைப்பு அவளுக்குள் ஒரு நகைப்பைத் தோற்றுவித்தது. ஆக, உயரம்தான் விஷயம். உயரத்தை அடைவது, உயரத்தில் திளைப்பதும்தான் பொருள். உயரத்தை அடைந்தவர்க்கு சூரியன் அண்மையாகி விடுகிறான். காற்று இதமாகின்றன. கோமு இப்போது கீழே இருப்பாள்.

கவலைகளைத் துடைத்து, சுத்தமான சந்தோஷமான மனத்துடன் இறங்கி வந்தாள். சாப்பிட்டாள். லேசாகப் பவுடர் ஒத்திக்கொண்டு ஆடை மாற்றிக்கொண்டாள்.

பையில் போதுமான பணம் இருக்கிறதா என்று கவனித்துக்கொண்டு, கதவைப் பூட்டிக்கொண்டு புறப்பட்டாள்.

தமிழரசன் மிதிவண்டி நிலையத்தின் முன் நின்று, "தம்பி, ரெண்டு நாளைக்குப் பால் வேண்டாம்னு பால்காரிக்கிட்டே சொல்லிடுங்க"

என்றாள் தமிழரசனிடம். அவன் எழுந்து மடித்துக் கட்டிய கைலியைத் தொங்க விட்டுக்கொண்டு, "சரிங்க மேடம்" என்றான்.

கல்லூரியில் மதனாவிடம் செண்பகா சொன்னாள்.

"இன்னிக்கு சாயங்காலம் உன்னோட உன் வீட்டுக்கு வர்றேன். அடுத்த ரெண்டு நாள் விடுமுறையும் உன்னோடதான்"

மதனா, எழுந்து ஜன்னல் வழியாக எட்டி வெளியே பார்த்தாள்.

"என்ன பாக்கறே?"

"மழை கிழை வருதான்னு."

"கிண்டலா?"

"இல்லை, இல்லை, என்ன திடீர்னு"

"ஒரு அன்புதான். வீட்டுக்காரர் வெளியூர் போயிருக்கிறார்னு ஒரேயடியா இளைச்சுத் துரும்பாப் போயிட்டே. தோழிக்கு ஒரு ஆறுதலா, ரெண்டு நாள் கூடத் தங்கணும்னுதான்"

"நீ வேறே... அவர் இல்லாமே இருக்கிறதினாலேதான் வேளா வேளைக்கு ஒழுங்கா சாப்பிட்டு, ரெஸ்ட் எடுத்துக்கிட்டு, அப்பாடான்னு இருக்கேன். நீ கவலைங்கறே. போயும் போயும் இந்த உடம்பைப் பார்த்துத் துரும்புங்கறியே... இது அடுக்குமா?"

இருவருமே சிரித்தார்கள். மதனாவுடன் தங்க வேண்டி அன்று மாலை செண்பகா அவளுடன் சென்றாள்.

7

காலம் முழுக்கத் தனியாகவே வாழ்ந்த செண்பகாவுக்கு அந்த வீட்டுக்குள் நுழைந்தவுடனே விசித்திரமான எண்ணங்கள் தோன்றின. ஒவ்வோர் இடத்துக்கும் ஒரு வகை வாசனை இருக்கிறது, அந்த வீட்டுக்கும் அப்படித்தான். ஆண்கள் புழங்கும் இடத்துக்கும், ஆண்களும், பெண்களும் சேர்ந்து புழங்கும் இடத்துக்கும் தனித்தனி வாசனைகள் இருந்தன. நண்பர், உறவினர் வீடுகளுக்குச் செல்லும் போதெல்லாம் இந்த வாசனைகளை அவள் அனுபவிக்க நேர்வது உண்டு. வீடுகளில் பண்ணும் சமையலைப் பொறுத்தோ, அவர்கள் பயன்படுத்தும் ஊதுபத்திகள் போன்ற மணம் பொருள்களைப் பொறுத்தோ உருவாகும் வாசனை அன்று. அது மனித மனங்களின் வாசனை. மனங்களுக்கும் மணம் உண்டு.

"என்ன யோசிக்கிற?"

"வாசனையைப் பற்றி"

செண்பகா, தன் யோசனையைப் பற்றிச் சொன்னாள்.

மதனா சிரித்தாள்.

"எங்க வீட்டுக்கு என்ன வாசனை?"

"சொல்றேன்"

"குளிக்கறையா? எனக்குச் சாயங்காலமும் ஒருமுறை குளிக்கணும்."

"எனக்கும், முதலில் நீ முடி. எனக்கு மாற்றுக்கு ஒரு நைட்டி மட்டும் குடு"

குளித்தார்கள். வேலையைப் பகிர்ந்துகொண்டு சமைத்தார்கள். உண்டார்கள்.

"வா, மொட்டை மாடிக்குப் போவோம்." என்றாள் மதனா. வந்தார்கள். 'ஆ' என்று கதறிக்கொண்டு, விரிந்து கிடந்தது வானம். கொடி மல்லிகையாய்ப் பூத்துக் கிடந்தது வானம். ஜமக்காளத்தை விரித்து மனம் ஒன்றிய ஓர் ஆத்மாவுடன், பேச்சை ஒழித்து அருகருகே, வானத்தைப் பார்த்துக்கொண்டு, மல்லாந்து படுத்துக் கிடப்பதில் ஒரு பேரின்பம் இருக்கத்தான் செய்கிறது.

"செண்பகா"

"சொல்லுடி"

"உனக்குக் கஷ்டமா இல்லை?"

சில நிமிஷங்கள் யோசித்தவாறு இருந்தாள் செண்பகா.

"நீ எதைச் சொல்றே?"

"இந்தத் தனி வாழ்க்கைதான்."

பதிலுக்கு செண்பகாவிடமிருந்து ஒரு நீண்ட பெருமூச்சு வெளிப்பட்டது. சில கணங்கள் கழித்து, 'முச்முச்' சென்று கேட்ட சப்தங்களைக்கொண்டு மதனா யூகித்தாள்.

"அழுறியாம்மா?"

மதனா ஒருக்களித்துத் திரும்பி, அவள் கண்களை ஊன்றிப் பார்த்தாள். அவை கலங்கியிருந்தன.

செண்பகாவை அணைத்துக்கொண்டாள் மதனா.

"கஷ்டம்னு சொல்ல முடியாது. இதுதான் சந்தோஷம் அப்படின்னும் சொல்ல முடியாது. ஒரு மாதிரி இருக்கு. சரியா சொல்லத் தெரியலை. எனக்கு நான் வித்தியாசமா இல்லை. பார்க்கிறவங்களுக்குத்தான் வித்தியாசமா தென்படறேன். புருஷனோட, குழந்தை குட்டிகளோட இருந்தா அப்படி எல்லாரும் இருக்கிறதனாலே அது இயல்பா தென்படும் போலும். நான் வித்தியாசமா தெரியமாட்டேன். தனியா இருக்கேன் இல்லையா? அதனால, என்னை சுலபமானவளா நினைச்சுக்கறாங்க. எல்லோரும் 'வான்னா வருவா, போன்னா போவா, தனியா இருக்கிறாள். எவனோட வேணும்னாலும் போவாள் வருவாள்' அப்படித்தானே? அதனாலே, எல்லோருக்கும் நான் ஒரு மாதிரிப்பட்டவளா தெரியறேன்."

"எனக்கு வேற மாதிரி படுது செண்பகா?"

"எப்படி?"

"நீ தனியா இருக்கிறது, வேலைக்குப் போறது? நிறைய சம்பாதிக்கிறது, நல்லா, கௌரவமா உடுத்தறது, பிச்சுப் பிடுங்கல் இல்லாமே வாழறது இதெல்லாம் மற்றவங்க மனசுக்குள்ளே பொறாமையை ஏற்படுத்தி, உன்னைப் பொருட்படுத்திப் பேசும் படியா ஆக்கி வச்சிருக்குன்னு நினைக்கிறேன்.

"அதாவது, மற்றவங்க என்னவா இருக்க நினைக்கிறாங்களோ, அப்படி நான் இருக்கிறதுனாலேயும், அப்படி அவங்க இருக்க முடியல்லை என்கிறதுனாலேயும், நான் புறம் பேசப்படறேன்."

"கரெக்ட்! ஆக, இதுலே நீ நொந்து கொள்ள ஒன்றும் இல்லை."

செண்பகா, நட்சத்திரங்களையே பார்த்துக்கொண்டு இருந்தாள். உலகம் நிசப்தம் உற்றிருந்தது. தான் இழுத்து விடும், மூச்சுக் காற்றின் ஓசை தனக்கே கேட்டது அவளுக்கு.

"தூங்கிட்டியா செண்பகா?"

"ம்... இல்லை..."

"எங்க வீட்டுக்கு ஒரு வாசனை இருக்குன்னு சொன்னியே, அது என்ன?"

"பசும் புல் வாசனை"

"எப்படி, எப்படி....?"

"மண்ணை ஒட்டிக்கிறது; மண்ணிலேயே வேர் விடறது, எப்பவும் பசுமையாவே வாழ முயலறது. யார் மிதி பட்டாலும் கசங்காமே, மீண்டும் நிமிர்ந்துக்கிறது; நிலத்தின் தன்மையைப் பார்க்காமே, ஈரத்தை மட்டும் பார்க்கிறது. யாரோடும் போட்டி போடாமே தான் உண்டுன்னு வாழறது; இது புல்லின் தர்மம். இந்த தர்மங்களோட வாழற வாழ்க்கை, புல் வாசனைதானே தரும்"

"நான் புல்லாய் இருந்தாலே, போதுமே செண்பகா"

"நீ மட்டும் என்ன, நானும்தான். நீ வீட்டுத் தோட்டத்திலே இருக்கே. நான் எங்கோ காட்டுக்குள்ளே இருக்கேன், வேறென்ன?"

மதனா, செண்பகாவின் கையை எடுத்து உள்ளங்கையில் முத்தமிட்டாள்.

1988